18 പുരാണങ്ങൾ

വാല്യം : രണ്ട്

ഭാഗവതപുരാണകഥകൾ

ഡോ. പി. മനോഹരൻ

കോഴിക്കോട് സർവ്വകലാശാലയിൽ നിന്നും സംസ്കൃതസാഹിത്യത്തിൽ എം.എ., പി.എച്ച്.ഡി, ബി.എഡ്. പയ്യന്നൂർ കോളേജ് സംസ്കൃതവിഭാഗം തലവനായി വിരമിച്ചു. 'Kuttamath Family and Sanskrit works' എന്ന പുസ്തകം പ്രസിദ്ധീകരിച്ചിട്ടുണ്ട്.

ഭാഗവതപുരാണകഥകൾ

ഡോ. പി. മനോഹരൻ

കൈരളി ബുക്സ്

Malayalam Language
Pathinettu Puranangal
Vol. 2
(Divotional)
Compiled by
Dr. K.H. Subrahmanian
♦
Published in November 2022
by Kairali Books Private Limited
Thalikkavu Road, Kannur.
Ph : 0497-2761200
E-Mail : Kairalibooksknr@gmail.com
♦
Cover Design :
Prasanth Mangad
♦
Printed at
Printing Park, Tly

Price ₹ : 250.00
74/22-23/Sl.No.1382/500/NS 18.6
ISBN 978-93-94472-32-7

പ്രസാധകകുറിപ്പ്

ഭാരതീയ സംസ്കൃതിയുടെ ദാർശനിക അടിത്തറയെക്കുറിച്ച് പറയുമ്പോൾ ഇതിഹാസങ്ങൾക്കും പുരാണങ്ങൾക്കും ഉള്ള സ്ഥാനം മഹനീയമാണ്. ആയിരത്താണ്ടുകൾ പഴക്കമുള്ള ഈ രചനകൾ ഭാവിയിലേക്കുള്ള നീക്കിയിരിപ്പായി വർത്തമാനകാലത്തെ ദീപ്തമാക്കുന്നു. മുതിർന്നവർക്കും കുട്ടികൾക്കും സുഗമമായി വായിക്കാവുന്ന തരത്തിൽ പുരാണങ്ങൾ കഥാരൂപത്തിൽ അവതരിപ്പിക്കുകയാണ് ഈ പദ്ധതിയിലൂടെ കൈരളി ബുക്സ്.

മുൻ കണ്ണൂർ സർവ്വകലാശാല രജിസ്ട്രാറും ക്ഷേത്ര കലാ അക്കാദമി ചെയർമാനുമായ ഡോ.കെ.എച്ച്.സുബ്രഹ്മണ്യൻ ആണ് ഈ പദ്ധതിയുടെ ജനറൽ എഡിറ്റർ. ഡോ. പി. മനോഹരൻ, കെ.എച്ച്. ഉഷപ്രഭ, ഡോ. തുളസി ടി.ടി., ഡോ. സി. കെ.മോഹനൻ, ഡോ. പാലനാട് വാസുദേവൻ നമ്പൂതിരി എന്നിവരുടെ മനോഹരങ്ങളായ പുനരാഖ്യാനങ്ങൾ ഈ കൃതികളെ ഏറെ വായനാതൽപരമാക്കുന്നു. ഓരോ വീടുകളിലും അമൂല്യമായി സൂക്ഷിക്കേണ്ട ഗ്രന്ഥങ്ങളായാണ് ഈ പരമ്പര രൂപകല്പന ചെയ്തിരിക്കുന്നത്.

സ്നേഹപൂർവ്വം

ഒ. അശോക് കുമാർ
മാനേജിംഗ് ഡയരക്ടർ

ആമുഖം

ഡോ. കെ.എച്ച്. സുബ്രഹ്മണ്യൻ

ജനറൽ എഡിറ്റർ

"സർഗ്ഗശ്ച പ്രതിസർഗ്ഗഞ്ച വംശോ മന്വന്തരാണിച എന്ന് ബ്രഹ്മാണ്ഡ പുരാണത്തിൽ (1.1.37-38) പുരാണങ്ങളുടെ വിശേഷസ്വഭാവങ്ങൾ വിവരിച്ചുകാണുന്നു. സർഗ്ഗം-പ്രപഞ്ചസൃഷ്ടി, പ്രതിസർഗ്ഗം - പ്രപഞ്ചവിനാശവും പുനഃസൃഷ്ടിയും, വംശം-ദേവതകളുടേയും-വംശങ്ങളുടേയും മഹർഷിമാരുടേയും പരമ്പരകൾ, മന്വന്തരം-പ്രപഞ്ചസൃഷ്ടിക്കും നാശത്തിനും പുനഃസൃഷ്ടിക്കും ഹേതുഭൂതനായ മനുവിന്റെ കാലഘട്ടങ്ങൾ, വംശാനുചരിതം-ഭൂത-വർത്തമാന-ഭാവി കാലങ്ങളിലെ രാജവംശങ്ങളുടെ ചരിത്രം എന്നിവയാണ് പുരാണങ്ങളുടെ സ്വഭാവവിശേഷങ്ങൾ.

നമുക്ക് ഇന്ന് ലഭ്യങ്ങളായ മഹാപുരാണങ്ങളൊന്നും മേൽപറഞ്ഞ നിർവ്വചനത്തെ പൂർണ്ണമായും പിന്തുടരുന്നില്ല. പുരാണസാമാന്യനിർവ്വചനത്തിൽ പറഞ്ഞ വിഷയങ്ങൾക്കു പുറമെ മതം, പൂജാകർമ്മങ്ങൾ, തീർത്ഥാടനകേന്ദ്രങ്ങൾ, ഉപവാസവ്രതാദികൾ, ദാനധർമ്മങ്ങൾ, കർമ്മഫലങ്ങൾ, സ്തുതികൾ എന്നിങ്ങനെ പല വിഷയങ്ങളും മഹാപുരാണങ്ങൾക്കകത്ത് വർണ്ണിക്കപ്പെട്ടിട്ടുണ്ട്. ഇത് കാലപ്രവാഹത്തിൽ മഹാപുരാണങ്ങൾക്കകത്ത് കൂട്ടിച്ചേർക്കപ്പെട്ടയായിരിക്കണം. എന്നാൽ ബ്രഹ്മാണ്ഡപുരാണം ഇതിനൊരപവാദമാണ്. സർഗ്ഗം, പ്രതിസർഗ്ഗം, വംശം, മന്വന്തരങ്ങൾ, വംശാണിചരിതം എന്നുള്ള പുരാണങ്ങളുടെ അഞ്ചുലക്ഷണങ്ങളും വിശദമായി ഈ പുരാണത്തിൽ പ്രതിപാദിക്കപ്പെട്ടിട്ടുണ്ട്. അതുകൊണ്ടുതന്നെ ബ്രഹ്മാണ്ഡപുരാണമാണ് ഏറ്റവും പഴക്കം ചെന്നത് എന്ന വാദത്തിനും പ്രസക്തി കൈവന്നിട്ടുണ്ട്.

സംസ്കൃതസാഹിത്യത്തിലെ ഒരു വിഭാഗമായി കണക്കാക്കപ്പെടുന്ന പുരാണസാഹിത്യം വൈദികകാലഘട്ടത്തിൽ രൂപം കൊണ്ടതായിരിക്കണം. ഉപനിഷത്തുകളിലും, ബ്രാഹ്മണങ്ങളിലും, സംഹിതകളിലും പുരാണം പ്രത്യേകമായി പഠിക്കേണ്ട ഒരു സാഹിത്യശാഖയാണ് എന്ന് പരാമർശങ്ങളുണ്ട്. ഋഗ്വേദത്തിലും അഥർവ്വവേദത്തിലും പുരാണമെന്ന വാക്കുപയോഗിച്ചുകാണാം. ഛാന്ദോഗ്യോപനിഷത്തിൽ പാഠ്യഭാഗമായി പുരാണത്തെ പറഞ്ഞിട്ടുണ്ട്. ശതപഥബ്രാഹ്മണത്തിൽ യാഗത്തിന്റെ

ഒൻപതാം ദിവസം പുരാണപാരായണം നടത്തണമെന്ന് നിർദ്ദേശിച്ചിട്ടുണ്ട്.

വൈദിക കാലഘട്ടത്തിലെ ഈ പുരാണസാഹിത്യം പിൽക്കാലത്ത് ഭാഷാപരമായും, രൂപഭാവപരമായും ഒട്ടനവധി മാറ്റങ്ങൾക്ക് വിധേയമായിട്ടുണ്ട്. മതപരവും, ആചാരപരവും, ചരിത്രപരവും, വേദാന്തപരവും മറ്റുമായി ഒട്ടനവധി കാര്യങ്ങൾ വിവിധ ഗുരുപരമ്പരകളിൽ നിന്ന് പുരാണങ്ങളിൽ ഉൾച്ചേർക്കപ്പെടുകയുണ്ടായി.

"ഇതിഹാസപുരാണാഭ്യാം വേദം സമുപബൃംഹയേത്" എന്ന് ബ്രഹ്മാണ്ഡപുരാണത്തിൽ (1:1:71) പറഞ്ഞുകാണുന്നു. വൈദികസാഹിത്യത്തിൽ കാണുന്ന ജ്ഞാനവിജ്ഞാനശാഖകളെ കണ്ടെത്തി വികസിപ്പിക്കുകയാണ് പുരാണങ്ങളുടെ ഉദ്ദേശ്യം എന്ന് ഈ വരിയിൽ നിന്ന് മനസ്സിലാക്കാം. പുരാണങ്ങളുടെ പരമ്പരാഗത സൃഷ്ടാവായ വ്യാസമഹർഷിയെ കുറിച്ച് ബ്രഹ്മപുരാണത്തിൽ (1.15) ഇപ്രകാരം വിവരിച്ചുകാണുന്നു:-

"വിസ്താരായതു വേദാനാം
സ്വയം നാരായണഃപ്രഭുഃ
വ്യാസരൂപേണ കൃതവാൻ
പുരാണാനി മഹീതലേ
ആഖ്യാനൈശ്ചാ പ്യു പാ ഖ്യാ നൈഃ
ഗാഥാഭിഃ കല്പശുദ്ധിഭിഃ
പൂരാണസംഹിതാം ചക്രേ
പുരാണാർത്ഥവിശാരദഃ"

വേദങ്ങളെ വിശദീകരിക്കുന്നതിനായി ശ്രീനാരായണപ്രഭു ഭൂമിയിൽ വ്യാസരൂപത്തിൽ അവതരിച്ച് നാനാതരം വർണ്ണനകളോടു കൂടിയ പുരാണപ്രപഞ്ചം സൃഷ്ടിച്ചു എന്നാണ് ഈ ശ്ലോകത്തിന്റെ സാരാർത്ഥം. രാമായണമഹാഭാരതങ്ങളോടൊപ്പം പുരാണങ്ങളും വൈദികസംസ്കാരത്തിന്റെയും വിജ്ഞാനത്തിന്റെയും ഭാഗമായി ബഹുജനസുഖഹിതങ്ങൾക്ക് സുഗ്രാഹ്യമായൊരു ഭാഷയിൽ ഉടലെടുത്തു എന്നതാണ് ഇതിൽ നിന്നെല്ലാം ഉരുത്തിരിഞ്ഞു കിട്ടുന്ന അർത്ഥതലം.

ചരിത്രാതീതകാലം മുതൽ പുരാണങ്ങൾ പ്രചാരത്തിലുണ്ടായിരുന്നു എന്ന് ബ്രാഹ്മണങ്ങളിലെ പരാമർശങ്ങൾ സൂചിപ്പിക്കുന്നു. മഹാഭാരതത്തിൽ ദേവന്മാരെയും സിദ്ധന്മാരെയും പറ്റിയുള്ള കഥകൾ എന്ന അർത്ഥത്തിലാണ് പുരാണം എന്ന പദം പ്രയോഗിച്ചിട്ടുള്ളത്. സ്മൃതിഗ്രന്ഥങ്ങളിൽ പുരാണങ്ങളെ ഇതിഹാസങ്ങൾ എന്നും അഞ്ചാംവേദം എന്നും

പറയണമെന്ന് വിവരിച്ചിട്ടുണ്ട്. വേദങ്ങളുടെ വ്യാഖ്യാനങ്ങളാണ് പുരാണങ്ങൾ എന്ന നിലപാടും സ്മൃതിഗ്രന്ഥങ്ങളിൽ കാണാം. പുരാനവം എന്ന പദത്തിൽ നിന്നാണ് പുരാണപദം നിഷ്പന്നമായിരിക്കുന്നത് എന്ന് ഒരു വ്യാഖ്യാനമുണ്ട്. പഴയകാലത്ത് പുതുമ പകർന്നുകൊണ്ടുണ്ടായ കഥകൾ എന്നാണ് ഈ വ്യുൽപ്പത്തികൊണ്ട് ഉദ്ദേശിക്കുന്നത്. പ്രാചീന പുരാണങ്ങളോട് പല കാര്യങ്ങളും കൂട്ടിച്ചേർത്തുകൊണ്ട് പല പുരാണങ്ങളുടേയും രൂപഭാവങ്ങൾക്ക് മാറ്റം വന്നിട്ടണ്ട്. ബ്രഹ്മാവിഷ്ണു മഹേശ്വരന്മാരെ സ്തുതിക്കുന്ന പുരാണങ്ങൾക്കകത്തുനിന്ന് പ്രപഞ്ചത്തെക്കുറിച്ചും ഭൂമിയെക്കുറിച്ചും കുറെ കാര്യങ്ങൾ മനസ്സിലാക്കാൻ സാധിക്കുന്നുണ്ട്.

ക്രിസ്തുവർഷത്തിനുമുമ്പ് രൂപം കൊണ്ട പുരാണങ്ങൾക്ക് എ.ഡി.15ാം നൂറ്റാണ്ടുവരെ പല പല കൂട്ടച്ചേർക്കലുകളും പുരാണങ്ങളിൽ നടന്നിട്ടുണ്ട് എന്നാണ് ചരിത്രകാരന്മാരുടെ പക്ഷം.

"ആഖ്യാനൈശ്ചാപാഖ്യനൈ:
ഗാഥാഭി:കല്പശുദ്ധിഭി:
പുരാണസംഹിതാം ചക്രേ
പുരാണാർത്ഥ വിശാരദ:"

വർണ്ണനകൾ, ഉപവർണ്ണനകൾ, കഥകൾ എന്നിവ കൂട്ടിച്ചേർത്തുകൊണ്ട് പുരാണസ്വരൂപത്തെക്കുറിച്ച് ശരിയായ അറിവുനേടിയവർ പുരാണങ്ങൾ രചിച്ചു എന്ന് അർത്ഥം വരുന്ന ഒരു ശ്ലോകം വിഷ്ണുപുരാണത്തിൽ കാണാം. വ്യാസമഹർഷിയാണ് എല്ലാ പുരാണങ്ങളുടേയും രചന നടത്തിയത് എന്ന് മത്സ്യപുരാണത്തിൽ കാണുന്നു.

"അഷ്ടാദശപുരാണാനി
കൃത്വാസത്യവതീ സുത:
ഭാരതാഖ്യാനമഖിലം
ചക്രേതദുപബൃംഹണം."

ബാണഭട്ടൻ, ശ്രീശങ്കരാചാര്യർ, കുമാരിലഭട്ടൻ തുടങ്ങിയവർ പുരാണങ്ങൾക്കംഗീകാരം നൽകിയിട്ടുണ്ട്.

ഇതിഹാസങ്ങളെപ്പോലെ ശ്ലോകരൂപത്തിലാണ് എല്ലാ പുരാണങ്ങളും രചിക്കപ്പെട്ടിരിക്കുന്നത്. എന്നാൽ കാവ്യഭംഗി രാമായണമഹാഭാരതങ്ങളെ അപേക്ഷിച്ച് പുരാണങ്ങളിൽ കാണാൻ പ്രയാസമാണ്. പ്രശസ്തങ്ങളായ പതിനെട്ടു പുരാണങ്ങളും പതിനെട്ടു ഉപപുരാണങ്ങളും ഉണ്ട്

എന്നാണ് കണക്കാക്കപ്പെട്ടിരിക്കുന്നത്. നമ്മുടെ പ്രാചീനസംസ്കാരത്തിന്റെ പ്രതിബിംബമായും സാംസ്കാരികോദ്ഗതിയുടെ അടിത്തറയായും, വിവിധകലാരൂപങ്ങളുടെ ഉല്പത്തിക്ക് അടിസ്ഥാനമായും പുരാണങ്ങൾക്ക് ഗണനീയമായ ഒരു സ്ഥാനമുണ്ടെന്നത് അനിഷേധ്യമാണ്.

പതിനെട്ടു പുരാണങ്ങളെ ഇപ്രകാരമാണ് വിഭജിച്ചിരിക്കുന്നത്-വിഷ്ണുവിനെ സംബന്ധിക്കുന്ന ആറ് പുരാണങ്ങൾ, ബ്രഹ്മാവിനെ സംബന്ധിക്കുന്ന ആറ് പുരാണങ്ങൾ, മഹാശിവനെ സംബന്ധിക്കുന്ന ആറ് പുരാണങ്ങൾ. ഈ പതിനെട്ടു പുരാണങ്ങൾക്ക് സനൽകുമാരം, നാരസിംഹം, മാനവം, ആദിത്യം, ദേവീഭാഗവതം, വിഷ്ണുധർമ്മോത്തരം തുടങ്ങിയ പേരുകളിൽ പതിനെട്ടു ഉപപുരാണങ്ങൾ നമുക്ക് കിട്ടിയിട്ടുണ്ട്.

മഹാവിഷ്ണുവിനെ സംബന്ധിക്കുന്ന പുരാണങ്ങൾ വിഷ്ണുപുരാണം, ഭാഗവതപുരാണം, നാരദീയ പുരാണം, ഗാരുഡപുരാണം, പത്മപുരാണം, വാരാഹപുരാണം എന്നിവയാണ്. ശിവനെ സംബന്ധിക്കുന്ന പുരാണങ്ങൾ വായു-ലിംഗ-സ്കന്ദ-അഗ്നി-മത്സ്യ-കൂർമ്മ എന്നിവയാണ്. ബ്രാഹ്മം, ബ്രഹ്മാണ്ഡം, ബ്രഹ്മവൈവർത്തം, മാർക്കണ്ഡേയം, ഭവിഷ്യം, വാമനം എന്നിവയാണ് ബ്രഹ്മാവിനെ സംബന്ധിക്കുന്ന പുരാണങ്ങൾ. ഈ പുരാണങ്ങളുടെ ലഘുവായ ഒരു വിവരണം താഴെ ചേർക്കുന്നു.

1. വിഷ്ണുപുരാണം : സർഗ്ഗം, പ്രതിസർഗ്ഗം എന്നിങ്ങനെയുള്ള സാങ്കേതികങ്ങളായ അഞ്ചുവിഭാഗങ്ങൾ ഏറെ പ്രാധാന്യമുള്ള വിഷ്ണുപുരാണത്തിലുണ്ട്. പുരാണരത്നം എന്ന പേരു കൂടി വിഷ്ണുപുരാണത്തിനുണ്ട്. മഹാവിഷ്ണുവിന്റെ ശ്രീകൃഷ്ണാവതാരകഥ, പ്രപഞ്ചസൃഷ്ടി, ഭൂമിവിവരണം, ഭാരതവർഷവിവരണം, വാനശാസ്ത്രം, സപ്തദ്വീപവർണ്ണനം എന്നിവയാണ് വിഷ്ണുപുരാണത്തിലെ പ്രതിപാദ്യം. ശിഷ്യനായ മൈത്രേയന് പരാശരമുനി ഉപദേശിക്കുന്ന രീതിയിലാണ് ഈ പുരാണത്തിന്റെ ഘടന. വ്യാസമഹർഷി പുരാണസംഹിത നിർമ്മിച്ച് സൂതനായ രോമഹർഷണന് നൽകി എന്നും അദ്ദേഹം ശിഷ്യന്മാർക്ക് ഇത് പകർന്നേകി എന്നും ഈ പുരാണത്തിൽ നിന്ന് മനസ്സിലാക്കാം.

2. ഭാഗവത പുരാണം : വിഷ്ണുഭക്തന്മാർക്ക് അത്യന്തം പ്രിയങ്കരമായ ഈ പുരാണം ഏറെ പ്രചാരം സിദ്ധിച്ചിട്ടുള്ള ഒന്നാണ്. പന്ത്രണ്ട് സ്കന്ദങ്ങളിലായി പതിനെട്ടായിരം ശ്ലോകങ്ങൾ ദശമസ്കന്ദത്തിൽ പ്രതിപാദിക്കപ്പെടുന്ന ശ്രീകൃഷ്ണാവതാരകഥയ്ക്കാണ് ഈ പുരാണത്തിൽ കൂടു

തൽ ജനസമ്മതിയും പ്രചാരവും കൈവന്നിട്ടുള്ളത്. ഭാഗവത പുരാണത്തിന്റെ മാഹാത്മ്യം വിവരിക്കാനായി മാത്രം പത്മപുരാണത്തിൽ ഒരദ്ധ്യായം നീക്കിവെക്കപ്പെട്ടിട്ടുണ്ട്. വൈഷ്ണവഭക്തി ഊട്ടിയുറപ്പിക്കുന്നതിന് സഹായകങ്ങളായ ആഖ്യാനങ്ങൾക്കുപുറമേ ഭാരതത്തിലെ വിവിധ സ്ഥലങ്ങളുടെ വർണ്ണനകളും ഭൂമിശാസ്ത്രപ്രതിപാദനവും ഭാഗവതപുരാണത്തിലുണ്ട്. മിക്കവാറും എല്ലാ ഭാരതീയ ഭാഷകളിലും ഭാഗവതപുരാണം വിവർത്തനം ചെയ്യപ്പെട്ടിട്ടുണ്ട്. കപിലമഹർഷിയെയും ശ്രീബുദ്ധനെയും ഭാഗവതപുരാണത്തിൽ മഹാവിഷ്ണുവിന്റെ അവതാരമായാണ് പറഞ്ഞിരിക്കുന്നത്.

3. നാരദപുരാണം : നാരദീയപുരാണം എന്ന പേരിൽ കൂടി അറിയപ്പെടുന്ന ഈ പുരാണത്തിൽ ഗോമതീ നദീതീരത്തെ നൈമിശാരണ്യത്തിൽ വെച്ച് നാരദമഹർഷി മറ്റു മഹർഷിമാരുമായി നടത്തുന്ന ആശയവിനിമയമാണ് മുഖ്യമായും വർണ്ണിച്ചിരിക്കുന്നത്. ദൈവനിന്ദയും ഗോഹിംസയും ചെയ്യുന്നവരുടെ സാമീപ്യത്തിൽ ഈ പുരാണപാരായണം ചെയ്യരുത് എന്നും പറഞ്ഞിട്ടുണ്ട്. ഇരുപത്തയ്യായിരം ശോകങ്ങളടങ്ങിയ നാരദീയ പുരാണത്തിലെ പല ഭാഗങ്ങളും പിൽക്കാലത്ത് കൂട്ടച്ചേർക്കപ്പെട്ടവയാണെന്ന് ചരിത്രപണ്ഡിതന്മാർ പറയുന്നു.

4. ഗരുഡപുരാണം : ഏറെ പഴക്കമില്ലാത്ത ഒരു പുരാണമാണ് ഇതെന്ന് കണക്കാക്കപ്പെടുന്നു. മഹാവിഷ്ണു ഗരുഡന് നൽകുന്ന ഉപദേശമായാണ് ഗാരുഡപുരാണത്തിന്റെ ഘടന. എട്ടായിരം ശ്ലോകങ്ങളടങ്ങിയ ഈ പുരാണത്തിൽ സൂര്യക്ഷേത്രങ്ങൾ, പുണ്യസ്ഥലങ്ങൾ, മരണാനന്തരജീവിതം എന്നിവയെ കൂടാതെ പലതരം ഔഷധങ്ങൾ, അമൂല്യരത്നങ്ങൾ, ജ്യോതിഷം, ഹസ്തരേഖാശാസ്ത്രം തുടങ്ങിയ വിഷയങ്ങളും പ്രതിപാദിക്കപ്പെട്ടിട്ടുണ്ട്.

5. പത്മപുരാണം : ആറ് കാണ്ഡങ്ങളും പന്ത്രണ്ടായിരം ശ്ലോകങ്ങളുമടങ്ങിയ പത്മപുരാണത്തിന് വിഷ്ണുപുരാണവുമായി ഒട്ടേറെ സമാനതകളുണ്ട്. സൃഷ്ടിപ്രക്രിയ, ഭൂമിവിവരണം, ശ്രീരാമ-ദുഷ്യന്തന്മാരുടെ കഥാകഥനം, മ്ലേച്ഛന്മാരെക്കുറിച്ചും ഇസ്ലാം മതവിശ്വാസികളെക്കുറിച്ചും ഉള്ള പരാമർശങ്ങൾ എന്നിവ കാണാം. ക്രിസ്തുവർഷം പത്താം നൂറ്റാണ്ടിനു ശേഷം പത്മപുരാണത്തിൽ പല കൂട്ടിച്ചേർക്കലുകളും നടന്നിട്ടുണ്ടെന്നാണ് ചരിത്രപണ്ഡിതന്മാർ കണ്ടെത്തിയിരിക്കുന്നത്.

6. വാരാഹപുരാണം : വരാഹാവതാരം കൈക്കൊണ്ട മഹാവിഷ്ണു പറയുന്ന രീതിയിൽ രചിക്കപ്പെട്ടിരിക്കുന്ന ഈ പുരാണത്തിൽ ഏഴായിരം ശ്ലോകങ്ങൾ ഉണ്ട്. വൈഷ്ണവതീർത്ഥാടന കേന്ദ്രങ്ങളുടെ വിവരണങ്ങൾ മധുരാപുരിയുടെ സവിശേഷതകൾ, അവിടത്തെ ക്ഷേത്രങ്ങൾ എന്നിവ യാണ് പ്രതിപാദിക്കപ്പെട്ടിരിക്കുന്നത്.

7. വായുപുരാണം : പ്രക്രിയ, ഉപോദ്ഘാതം, അനുഷങ്കം, ഉപസംഹാരം എന്നിങ്ങനെ നാലുപാദങ്ങളാണ് ഈ പുരാണത്തിലുള്ളത്. പ്രപഞ്ചവ സ്തുസൃഷ്ടിയാണ് പ്രക്രിയാപാദത്തിലെ വർണ്ണ്യവിഷയം. ഈ വിഷയം തന്നെ ഉപോദ്ഘാത പാദത്തിലും വർണ്ണിച്ചിട്ടുണ്ട്. തുടർന്ന് വിവിധ കല്പ ങ്ങൾ, കാലങ്ങൾ എന്നിവയുടെ വിശദീകരണങ്ങളും ഈ പാദത്തിൽ ഉണ്ട്. ജംബുദ്വീപം, സുമേരുപർവ്വതം, ദേവകൂടം, കൈലാസം, ഹിമവാൻ, വിവിധനദികൾ എന്നിവയുടെ വർണ്ണനകൾക്കാണ് അനുഷങ്ക ഉപസം ഹാരപാദങ്ങൾ നീക്കിവെച്ചിരിക്കുന്നത്. മഹാശിവനെ സ്തുതിക്കുന്ന ധാരാളം വർണ്ണനകൾ അടങ്ങിയ വായുപുരാണം ഗുപ്തരാജവം ശത്തെക്കൂടി പരാമർശിക്കുന്നുണ്ട്.

8. ലിംഗപുരാണം : മഹാശിവന്റെ ഇരുപത്തെട്ട് വിധത്തിലുള്ള രൂപഭാ വങ്ങൾ വർണ്ണിക്കുകയും ആരാധിക്കുകയും ചെയ്യുന്നതാണ് ലിംഗപുരാ ണത്തിൽ പ്രതിപാദിച്ചിരിക്കുന്നത്. ലിംഗസ്വരൂപിയായ മഹാദേവൻ സനാ തനധർമ്മങ്ങൾ ഉപദേശിക്കുന്ന രീതിയിൽ രചിക്കപ്പെട്ടിരിക്കുന്ന ലിംഗ പുരാണത്തിൽ ശ്രീകൃഷ്ണൻ വരെയുള്ള വിവിധ രാജവംശങ്ങളെക്കു റിച്ചുള്ള വർണ്ണനകളും, പ്രപഞ്ചവിവരണവും അടങ്ങിയിരിക്കുന്നു.

9. സ്കാന്ദപുരാണം : സ്കന്ദൻ- സുബ്രഹ്മണ്യൻ പറയുന്ന രീതിയിൽ രചിക്കപ്പെട്ട ഈ പുരാണത്തിൽ എട്ടു ഭാഗങ്ങളിലായി എൺപതിനാ യിരം ശ്ലോകങ്ങളുണ്ട്. സംഹിത, ഖണ്ഡം, മാഹാത്മ്യം എന്നിങ്ങനെ പല രൂപങ്ങളിലാണ് അപൂർണ്ണമാണെന്ന് കണക്കാക്കപ്പെടുന്ന ഈ പുരാ ണത്തിന്റെ ഘടന. താരകാസുരവധകഥ മുഖ്യമായും വിവരിക്കുന്ന സ്കന്ദപുരാണത്തിന് മഹാകവി കാളിദാസന്റെ കുമാരസംഭവം മഹാ കാവ്യവുമായി ഏറെ സാദൃശ്യമുണ്ട്. വാരാണസിയിലെയും സമീപപ്ര ദേശങ്ങളിലെയും ശിവാലയങ്ങളെ കുറിച്ചുള്ള ദീർഘവർണ്ണനകൾ, ഒറീ സ്സയിലെ പുരിജഗന്നാഥക്ഷേത്രവർണ്ണന, പല പ്രാദേശികക്ഷേത്രങ്ങളുടെ വർണ്ണനകൾ, ഭാരതത്തിലെ ജനപഥങ്ങളെ കുറിച്ചും ജനങ്ങളെക്കുറി ച്ചുമുള്ള വിവരണങ്ങൾ എന്നിവയും സ്കന്ദപുരാണത്തിൽ കാണുന്നു.

10. അഗ്നിപുരാണം : ഏതാണ്ട് ക്രിസ്തുവർഷം പതിമൂന്നാം നൂറ്റാണ്ടോടുകൂടി രൂപം കൊണ്ടതാണ് ഇന്ന് ലഭ്യമായ അഗ്നിപുരാണം എന്ന് ചരിത്ര പണ്ഡിതന്മാർ രേഖപ്പെടുത്തിയിട്ടുണ്ട്. വസിഷ്ഠമഹർഷിക്ക് അഗ്നിദേവൻ ഉപദേശിച്ചു കൊടുത്തതാണ് ഈ പുരാണം. രാമായണ-മഹാഭാരതങ്ങളെ ആശ്രയിച്ചു കൊണ്ടാണ് അഗ്നിപുരാണത്തിൽ ശ്രീരാമനെയും ശ്രീകൃഷ്ണനെയും വർണ്ണിച്ചിരിക്കുന്നത്. ഭൂമിയെയും പ്രപഞ്ചത്തെയും കുറിച്ച് ഈ പുരാണത്തിലെ വർണ്ണനകൾക്ക് വിഷ്ണു പുരാണവുമായി ഏറെ സാദൃശ്യമുണ്ട്. ശിവലിംഗങ്ങളെക്കുറിച്ചും ദുർഗ്ഗാഭഗവതിയെക്കുറിച്ചും വർണ്ണിക്കുന്ന ഒട്ടനവധി സന്ദർഭങ്ങൾ ഉള്ള അഗ്നിപുരാണത്തിൽ വ്യാകരണം, അലങ്കാരശാസ്ത്രം, സംഗീതം, മന്ത്രവാദം, ശില്പവിദ്യ, പലതരം ഔഷധങ്ങൾ എന്നിങ്ങനെ നാനാവിഷയങ്ങൾ വിവരിക്കപ്പെട്ടിട്ടുണ്ട്.

11. മത്സ്യപുരാണം : മഹാവിഷ്ണുവിന്റെ മത്സ്യാവതാരകഥയാണ് ആദ്യമായി ഈ പുരാണത്തിൽ വിവരിച്ചിരിക്കുന്നത്. മത്സ്യാവതാരമെടുത്ത മഹാവിഷ്ണു മനുവിന് ഉപദേശിക്കുന്ന രീതിയിലാണ് ഈ പുരാണത്തിന്റെ രചന. ഭാരതവർഷം, ഹരിവർഷം, കിംപുരുഷവർഷം, ജംബുദ്വീപം, വിവിധ പർവ്വതങ്ങൾ എന്നിങ്ങനെ നാനാവിഷയങ്ങൾ ഇതിൽ വിവരിക്കപ്പെട്ടിട്ടുണ്ട്. ജൈന-ബുദ്ധമതങ്ങളെക്കുറിച്ചും, ആന്ധ്രരാജവംശത്തെക്കുറിച്ചും നാട്യശാസ്ത്രത്തെക്കുറിച്ചും മത്സ്യപുരാണത്തിൽ സൂചനകൾ കാണാവുന്നതാണ്.

12. കൂർമ്മപുരാണം : വിഷ്ണുപുരാണത്തിന്റെ മറ്റൊരു പതിപ്പായി ഈ പുരാണത്തെ കണക്കാക്കാം. മത്സ്യാവതാരമൂർത്തിയായ മഹാവിഷ്ണു ഇന്ദ്രദ്യുമ്നന്റെ കഥ പറയുമ്പോൾ നൽകുന്ന ഉപദേശങ്ങളാണ് കൂർമ്മപുരാണത്തിൽ കാണുന്നത്. നാല് ഭാഗങ്ങളുണ്ടായിരുന്നു എന്ന് പറയപ്പെടുന്ന കൂർമ്മപുരാണത്തിന്റെ ബ്രഹ്മീസംഹിത എന്ന ഭാഗം മാത്രമാണ് കണ്ടു കിട്ടിയിട്ടുള്ളത്. നിരവധി നദികളെ കുറിച്ച് വിവരണങ്ങളടങ്ങുന്ന കൂർമ്മ പുരാണത്തിൽ ഈശ്വരഗീത, വ്യാസഗീത എന്നിവ കൂടി അടങ്ങിയിരിക്കുന്നു.

13. ബ്രാഹ്മപുരാണം : ആദിപുരാണം എന്ന പേരിൽ കൂടി അറിയപ്പെടുന്ന ഈ പുരാണം ബ്രഹ്മാവ് ദക്ഷന് നൽകുന്ന ഉപദേശരൂപത്തിലാണ് രചിക്കപ്പെട്ടിരിക്കുന്നത്. ഒറീസ്സയിലെ അതി പുരാതനമായ പുരുഷോ

ത്തമക്ഷേത്രത്തെക്കുറിച്ച് സവിശേഷമായ വർണ്ണന ബ്രഹ്മപുരാണത്തിന്റെ ഒരു പ്രത്യേകതയാണ്. ശിവനും സൂര്യനുമായുള്ള ബന്ധത്തെപ്പറ്റി ഒരു പ്രത്യേക വർണ്ണനയും ഈ പുരാണത്തിലുണ്ട്. ജഗന്നാഥൻ, സൂര്യൻ, മഹാശിവൻ എന്നിവർക്കായി നിർമ്മിക്കപ്പെട്ട ക്ഷേത്രങ്ങളുടെ വിവരണവും ബ്രഹ്മപുരാണത്തിന്റെ ഉള്ളടക്കത്തിൽ പെടുന്നു.

14. ബ്രഹ്മാണ്ഡപുരാണം : ഈ പുരാണത്തിന്റെ സമ്പൂർണ്ണരൂപം നമുക്ക് ഇതുവരെയും ലഭ്യമായിട്ടില്ല. ലഭ്യമായ ഗ്രന്ഥത്തിൽ കുറേ മാഹാത്മ്യ വർണ്ണനകളാണ് കാണുന്നത്. വായുപുരാണത്തിലെ ഭൂമിശാസ്ത്രവിവരണം ഏതാണ്ട് അതേപടി ഈ പുരാണത്തിൽ പകർത്തിയിട്ടുമുണ്ട്.

15. ബ്രഹ്മവൈവർത്തപുരാണം : ബ്രഹ്മം, പ്രകൃതി, ഗണേശം, കൃഷ്ണജന്മം എന്നിങ്ങനെ നാലു ഖണ്ഡങ്ങളിലായി ഈ പുരാണം വിഭജിക്കപ്പെട്ടിരിക്കുന്നു. നാരദന് മനു ഉപദേശിച്ചുകൊടുത്ത രീതിയിലാണ് ബ്രഹ്മവൈവർത്തപുരാണം രചിക്കപ്പെട്ടിരിക്കുന്നത്. രഥന്ധരന്റെ കഥ, വൃന്ദാവനത്തിലെയും ഗോകുലത്തിലെയും കൃഷ്ണകഥകൾ എന്നിവയാണ് പ്രധാനമായും വർണ്ണിക്കപ്പെട്ടിരിക്കുന്നത്. ബ്രഹ്മാവിന്റെ രൂപാന്തര പ്രാപ്തി വൈവർത്തം- ആയാണ് പ്രപഞ്ചം രൂപം കൊണ്ടത് എന്ന് ഈ പുരാണം പറയുന്നു.

16. മാർക്കണ്ഡേയ പുരാണം : ക്രിസ്തുവർഷം ഒമ്പതാം നൂറ്റാണ്ടിൽ രചിക്കപ്പെട്ടതാവാം ഈ പുരാണമെന്ന് ചരിത്രകാരന്മാർ അഭിപ്രായപ്പെടുന്നു. മാർക്കണ്ഡേയൻ വിവരിക്കുന്ന രീതിയിലാണ് ഇതിലെ പ്രതിപാദനം. ശരിയുടെയും തെറ്റിന്റെയും രൂപത്തിൽ രണ്ടു പക്ഷികളെ പരിചയപ്പെടുത്തിക്കൊണ്ടാണ് മാർക്കണ്ഡേയ പുരാണം ആരംഭിക്കുന്നത്. കുരുക്ഷേത്രത്തിൽ ജനിച്ച് വിന്ധ്യപർവ്വതത്തിൽ പാർക്കുന്ന ഈ പക്ഷികളെ ദിവ്യസൃഷ്ടികളായാണ് സങ്കല്പിച്ചിരിക്കുന്നത്. സൂര്യൻ, അഗ്നി, ഇന്ദ്രൻ എന്നിവരെപ്പറ്റിയുള്ള പല കഥകളും ഈ പുരാണത്തിലുണ്ട്. ദേവീ മാഹാത്മ്യപ്രതിപാദനം ഈ പുരാണത്തിലെ മറ്റൊരു സവിശേഷതയാണ്. വ്യാസമഹാഭാരതത്തിനോട് ഏറെ സമാനതകൾ ഉള്ള നിരവധി കഥാസന്ദർഭങ്ങളും മാർക്കണ്ഡേയ പുരാണത്തിൽ കാണാം.

17. ഭവിഷ്യപുരാണം : കലിയുഗത്തിലെ രാജവംശ പരമ്പരകളെപ്പറ്റി ആദ്യമായി വിവരിക്കുന്നു എന്ന ഒരു പ്രത്യേകത ഈ പുരാണത്തിനു

ണ്ട്. ഭാവികാലത്തെപ്പറ്റി പല പ്രവചനങ്ങളും അടങ്ങുന്ന ഭവിഷ്യപുരാണം സൂര്യൻ മനുവിന് പറഞ്ഞുകൊടുക്കുന്നരീതിയിലാണ് രചിക്കപ്പെട്ടിട്ടുള്ള ത്. തീർത്ഥാടനകേന്ദ്രങ്ങൾ, തീർത്ഥാടകരുടെ അവകാശങ്ങൾ, സൂര്യ-അഗ്നി-നാഗാരാധനകളുടെ വർണ്ണനകൾ എന്നിവയും ഈ പുരാണത്തി ലടങ്ങിയിരിക്കുന്നു. ഭൂമി ശാസ്ത്രത്തെക്കുറിച്ചും സൃഷ്ടിപ്രക്രിയയെക്കു റിച്ചും ഭവിഷ്യപുരാണത്തിലെ പ്രതിപാദനം മറ്റു പുരാണങ്ങളുടെ അതേ മാതൃകയിലാണ്.

18. വാമനപുരാണം : വരാഹപുരാണവുമായി ഏറെ സാദൃശ്യമുള്ള വാമ നപുരാണത്തിൽ മഹാവിഷ്ണുവിന്റെ പല അവതാരങ്ങളും വിവരിക്ക പ്പെട്ടിട്ടുണ്ട്. പ്രപഞ്ചോൽപ്പത്തി, ജനപഥ വിവരണം എന്നിവ, മറ്റുപുരാ ണങ്ങളിൽ എന്ന പോലെ ഈ പുരാണത്തിലുമുണ്ട്. ഉമാ-മഹേശ്വര വിവാ ഹരംഗവർണ്ണന വാമനപുരാണത്തിൽ കാണാം. ബദരികാശ്രമം, കേദാ രേശ്വരം, കുരുക്ഷേത്രം, ധാനേശ്വർ എന്നിവിടങ്ങളെക്കുറിച്ചുള്ള വർണ്ണ നകൾ വാമനപുരാണത്തിന്റെ പ്രത്യേകതകളായി കണക്കാക്കാം. ആന്ധ്രക്കാരെക്കുറിച്ചും തുലുക്കന്മാരെക്കുറിച്ചും ഏതാനും പരാമർശ ങ്ങൾ കൂടി വാമനപുരാണത്തിൽ കാണുന്നുണ്ട്.
ഈ പുരാണങ്ങൾ പാരായണം ചെയ്യപ്പെടേണ്ട രീതിയെക്കുറിച്ചും ഫല സിദ്ധിയെക്കുറിച്ചും പല വിധികളും വിശ്വാസങ്ങളും ഭാരതത്തിൽ നില നിന്നിരുന്നു. ഉദാഹരണത്തിന് വൈശാഖമാസത്തിലെ പൗർണ്ണമിദിവസം ബ്രാഹ്മണന് ബ്രഹ്മപുരാണദാനം സ്വർഗ്ഗലാഭസാധകമാണ്. ദാനത്തിന് അത്യുത്തമമാണ് സ്കന്ദപുരാണം തുടങ്ങിയ വിധികളും വിശ്വാസങ്ങളും നിലനിന്നിരുന്നു.

പതിനെട്ടു മഹാപുരാണങ്ങളുടെ പൊതുസ്വഭാവം മുൻപ് വിവരിച്ചു. പല കഥകളും പല പുരാണങ്ങളിലും ആവർത്തിക്കപ്പെടുന്നുണ്ട്. ക്ഷേത്ര വർണ്ണനം, തീർത്ഥമാഹാത്മ്യം, ദേവീ-ദേവസ്തുതികൾ, ക്ഷേത്രനിർമ്മാ ണം, ആരാധനാവിധികൾ, പിതൃകർമ്മങ്ങൾ, പരബ്രഹ്മതത്വം തുടങ്ങിയ നാനാവിഷയങ്ങൾ ഈ പതിനെട്ടു പുരാണങ്ങൾക്കകത്തും വിവരിച്ചു കാണാം.

അഗ്നിപുരാണത്തിലും ഗരുഡപുരാണത്തിലും പുതിയ കഥകൾ ഒന്നും തന്നെയില്ല. ഈ പുരാണങ്ങളിലെ കഥകൾ മറ്റു പുരാണങ്ങളിൽ കണ്ട കഥകളിലെ ആവർത്തനം മാത്രമാണ്. അതുകൊണ്ടാണ് ഈ പുരാണങ്ങളിലെ കഥകൾ ഒഴിവാക്കിയിട്ടുള്ളത്.

ശിവപുരാണം : ഉപപുരാണങ്ങളുടെ കൂട്ടത്തിലാണ് ചേർക്കപ്പെട്ടിട്ടുള്ള ത്. എന്നാൽ മഹാശിവനുമായി ബന്ധപ്പെട്ട, മറ്റുപുരാണങ്ങളിൽ വർണ്ണി ക്കപ്പെടാത്ത നിരവധി കഥകൾ ശിവപുരാണത്തിലുണ്ട്. ഈ കഥകൾ വായനക്കാർക്ക് അറിവേകുന്നവയും രസകരങ്ങളും ആയിരിക്കും എന്നു കരുതിക്കൊണ്ടാണ് പുരാണകഥകളുടെ ഈ സമാഹാരത്തിൽ ചേർത്തി ട്ടുള്ളത്.

നമ്മുടെ സാംസ്കാരിക പൈതൃകത്തിൽ അനശ്വരനിക്ഷേപങ്ങളാണ് വേദങ്ങൾ തൊട്ട് സംസ്കൃതഭാഷയിലുണ്ടായിട്ടുള്ള ജ്ഞാനവിജ്ഞാന ശാഖകൾ. പുരാണങ്ങൾക്ക് ഈ വിജ്ഞാനശാഖകളിൽ അഗ്രിമസ്ഥാ നവുമുണ്ട്. ഈ പുരാണങ്ങളിലെ രസനിഷ്യന്ദികളായ കഥകൾ നമ്മുടെ മാതൃഭാഷയിൽ ഇതാദ്യമായി ഒന്നിച്ചൊരിടത്ത് വായിക്കാൻ അവസരം ഒരുക്കുക എന്നതാണ് ഇത്തരമൊരു പ്രസിദ്ധീകരണത്തിന്റെ ലക്ഷ്യം. ഈ മഹായത്നത്തിൽ ഡോ. പാലനാട് വാസുദേവൻ നമ്പൂതിരി, ഡോ. പി. മനോഹരൻ, ശ്രീമതി കെ.എച്ച്. ഉഷപ്രഭ, ഡോ. സി.കെ. മോഹനൻ, ഡോ. ടി.ടി. തുളസി എന്നിവർ അവരുടെ കൃത്യാന്തരങ്ങൾക്കിടയിലും ആത്മാർത്ഥമായി സഹകരിച്ചവരാണ്. ആ സഹകരണമാണ് പുരാണ കഥാസമാഹരണത്തിന് താങ്ങായി തീർന്നത്.

ഈ മഹായജ്ഞത്തിൽ എന്നെ സഹായിച്ച ഓരോരുത്തർക്കും ഔപ ചാരികമല്ലാത്ത കൃതജ്ഞത ഇവിടെ രേഖപ്പെടുത്തുകയാണ്. ഈ പുരാ ണകഥകൾ കഥാകുതുകികൾക്കും, ഭാഷാസ്നേഹികൾക്കും, നമ്മുടെ ഭാഷക്കും ഒരു മുതൽക്കൂട്ടായി തീരുമെന്ന് പ്രത്യാശിക്കുന്നു.

കഥകൾ

പരീക്ഷിത്തിന്റെ കഥ

ഭാരതയുദ്ധത്തിൽ ധാരാളം ആളുകൾ കൊല്ലപ്പെട്ടു. അവശേഷിച്ചിരിക്കുന്ന പാഞ്ചാലീപുത്രന്മാരേയും കോപം മുഴുത്ത അശ്വത്ഥാമാവ് ഉറക്കത്തിൽ നിഗ്രഹിച്ചു. ഒടുവിൽ അർജ്ജുനൻ അശ്വത്ഥാമാവിനെ ബന്ധിച്ചു. ഗുരുപുത്രനെ വിട്ടയക്കണമെന്ന ധർമ്മപുത്രരുടേയും പാഞ്ചാലിയുടേയും അഭിപ്രായത്തെ മാനിച്ച് ഒടുവിൽ അർജ്ജുനൻ ശ്രീകൃഷ്ണന്റെ അഭിപ്രായം ആരാഞ്ഞു. അശ്വത്ഥാമാവിനെ ശിരോമുണ്ഡനം ചെയ്ത് അപമാനിച്ച് വിട്ടയച്ചു. കോപിഷ്ടനായ അശ്വത്ഥാമാവ് പാണ്ഡവന്മാരുടെ വംശത്തിൽ അവശേഷിക്കുന്ന ഉത്തരയുടെ ഗർഭസ്ഥശിശുവിന്റെ നേർക്ക് ബ്രഹ്മാസ്ത്രമയച്ചു. ഭയചകിതയായ ഉത്തര ശ്രീകൃഷ്ണഭഗവാനെ ശരണം പ്രാപിച്ചു. കൃപപൂണ്ട ശ്രീകൃഷ്ണൻ സുദർശനചക്രത്താൽ ബ്രഹ്മാസ്ത്രത്തെ നിർവീര്യമാക്കി ഉത്തരയുടെ ഗർഭസ്ഥശിശുവിനെ സംരക്ഷിച്ചു. ആ വേളയിൽ കുന്തീദേവി ഭക്തിപൂർവ്വം ഭഗവാനെ സ്തുതിക്കുന്നത് അത്യന്തം ശ്രദ്ധേയമാണ്. സർവ്വ ആപത്തുകളിൽനിന്നും നിന്തിരുവടി ഈ ദാസന്മാരെ രക്ഷിച്ചു. ആപൽസമയങ്ങളിലെല്ലാം അവിടുന്ന് ദർശനം തന്നു. അതുകൊണ്ട് ആപത്തുകൾ മേൽക്കുമേൽ വരട്ടെ എന്നാണ് ഞങ്ങളുടെ പ്രാർത്ഥന. എന്തെന്നാൽ അപ്പോൾ അവിടുത്തെ സ്മരണക്കും ദർശനത്തിനും അധികമവസരം കിട്ടുമല്ലോ.

അഭിമന്യുവിന്റെ പത്നിയായ ഉത്തര ശുഭമുഹൂർത്തത്തിൽ ഒരാൺകുഞ്ഞിനെ പ്രസവിച്ചു. വിഷ്ണുരാതനെന്ന ഈ കുഞ്ഞ് പരീക്ഷിത്തെന്ന പേരിൽ വിഖ്യാതനായി തീർന്നു. പരീക്ഷിത്ത് പിൽക്കാലത്ത് അനാസക്തനായി രാജ്യപരിപാലനം നടത്തി. അദ്ദേഹത്തിന്റെ സദ്ഭരണം നിമിത്തം രാജ്യം സമൃദ്ധമായി. ശ്രീകൃഷ്ണന്റെ വേർപാടോടുകൂടി കലിയുടെ ആവിർഭാവം സംഭവിച്ചു. എങ്കിലും പരീക്ഷിത്തിന്റെ ഭരണകാലത്ത് കലിക്ക് അടുക്കുവാൻ

സാധിച്ചില്ല.

ഒരിക്കൽ കലി അദ്ദേഹത്തിന്റെ രാജ്യത്തിൽ പ്രവേശിക്കുവാനിടയായി. അവിടെ അധർമ്മവും അക്രമപ്രവണതയും ഉളവായി. ഇതുകണ്ട് ക്രുദ്ധനായ പരീക്ഷിത്ത് അവനെ നിഗ്രഹിക്കാനുദ്ദേശിച്ച് വാളെടുത്തു. ഭയാകുലനായ കലി, അദ്ദേഹത്തോട് അഭയമഭ്യർത്ഥിച്ചു. ഈ നിമിഷം മുതൽ എന്റെ രാജ്യത്തിൽനിന്ന് വിട്ടുപോയിക്കൊള്ളണം എന്ന ശാസന നൽകി. ഒടുവിൽ കലിയുടെ പ്രാർത്ഥനയനുസരിച്ച് ദയ തോന്നിയ രാജാവ് ചൂതുകളി, മദ്യം, സ്ത്രീ, ഹിംസ, സ്വർണ്ണം എന്നിങ്ങനെയുള്ള അഞ്ചുസ്ഥാനങ്ങൾ കലിക്കു കൊടുത്തു. വിവേകിയായ ഒരുവൻ കലഹഹേതുക്കളായ ഈ അഞ്ചുസ്ഥാനങ്ങളിൽ ഒരിക്കലും ആസക്തി കാണിക്കില്ല എന്നത് ഒരു യാഥാർത്ഥ്യമാണ്. അങ്ങിനെ അദ്ദേഹത്തിന്റെ ഭരണകാലത്ത് കലിയുടെ ദൂഷ്യങ്ങൾ എൽക്കപ്പെട്ടില്ല.

ഒരുദിവസം പരീക്ഷിത്ത് നായാട്ടിനായി വനത്തിൽ ചുറ്റിനടക്കുകയുണ്ടായി. വിശപ്പും ദാഹവും ദുസ്സഹമായി തീർന്ന അവസരത്തിലാണ് ഒരാശ്രമം കണ്ടത്. അവിടെ ധ്യാനനിമഗ്നനായ ഒരു മുനിയെ കണ്ട് അല്പം വെള്ളത്തിന് അദ്ദേഹത്തോട് യാചിച്ചപ്പോൾ അദ്ദേഹം ധ്യാനത്തിൽത്തന്നെ നിമഗ്നനായതുകണ്ട് സഹികെട്ട രാജാവ് ചത്തുകിടക്കുന്ന ഒരു സർപ്പത്തെ വില്ലുകൊണ്ടെടുത്ത് മുനിയുടെ ചുമലിലിട്ട് രാജാവ് മടങ്ങിപ്പോന്നു. തപഃപ്രഭാവത്താൽ പ്രസ്തുത സംഭവം കണ്ടറിഞ്ഞ മുനിയുടെ പുത്രനായ ശൃംഗി എന്ന താപസകുമാരൻ ഏഴാംദിവസം തക്ഷകൻ കടിച്ച് മരിക്കാനിടവരട്ടെ എന്ന് പരീക്ഷിത്തിനെ ശപിച്ചു.

പരീക്ഷിത്ത് കലിക്കു കൊടുത്ത അഞ്ചുസ്ഥാനങ്ങളിൽ ഒന്നാണല്ലോ ഹിംസ. നായാട്ടിലൂടെ സംഭവിച്ച ഹിംസവഴി പരീക്ഷിത്തിലും കലി ഏശാൻ തുടങ്ങി.

സമാധിയിൽനിന്നുണർന്ന മുനി സംഭവവികാസങ്ങളറിഞ്ഞ് പരമഭാഗവതനായ പരീക്ഷിത്തിനെ ശപിച്ചത് ശരിയായില്ല എന്ന് ബോധ്യപ്പെടുത്തി.

കൊട്ടാരത്തിൽ എത്തിയ പരീക്ഷിത്ത് രാജാവ് താൻ ബ്രാഹ്മണനായ ആ മഹാത്മാവിന്റെ ദേഹത്ത് ചത്ത പാമ്പിനെ എറിഞ്ഞത് ഒട്ടും ഉചിതമായില്ല എന്ന് പശ്ചാത്തപിച്ചു.

ഈശ്വരസങ്കല്പത്തിനിടയിൽ പ്രാണികൾ കേവലം നിമിത്തം മാത്രമാണ് എന്ന ബോധത്തിനിടയിൽ മുനികുമാരനായ ശൃംഗിയുടെ തന്റെ നേർക്കുള്ള ശാപവാർത്തയറിഞ്ഞ് രാജാവിന് ഒട്ടും പരിഭ്രമമുണ്ടായില്ല. സർവ്വേശ്വരനിൽ ആത്മാർപ്പണം ചെയ്ത രാജാവ് പുത്രനിൽ രാജ്യഭാരമേൽപ്പിച്ചു. സർവ്വസംഗ പരിത്യാഗിയായി തീർന്നു. അങ്ങിനെ അദ്ദേഹം ഗംഗാതീരത്തിൽ ചെന്നിരിപ്പായി. ഈ വാർത്ത കേട്ട് അദ്ദേഹത്തെ ദർശിക്കാനാഗ്രഹിച്ച് അനേകം ഋഷിവര്യന്മാർ അവിടെ വന്നുചേർന്നു. ആ വേളയിൽ പ്രസ്തുതമഹാത്മാക്കളെ വന്ദിച്ച് മരണവേളയിൽ ഒരുവൻ എന്താണ് ചെയ്യേണ്ടത് എന്ന് പരീക്ഷിത്ത് ചോദിച്ചപ്പോൾ അവർ അന്യോന്യം മുഖത്തുനോക്കി. എന്തു പറയണമെന്ന് ചിന്തിക്കുവാൻ തുടങ്ങി. അപ്പോഴാണ് അഴിഞ്ഞ ജടയോടുകൂടിയ ഒരു സുന്ദരയുവാവ് അവിടെ വന്നത്. അത് പരമഭാഗവതനായ ശ്രീശുകനാണ്. ആത്മരാമനായ ശ്രീശുകൻ അവരുടെ ചോദ്യത്തിന് ഉത്തരം നൽകുന്നതോടെയാണ് ശ്രീമദ്ഭാഗവതത്തിന്റെ നാന്ദി കുറിക്കുന്നത്. ശ്രീമദ്ഭാഗവതം കേട്ട് പരീക്ഷിത്ത് മരണഭയത്തിൽനിന്ന് മുക്തനായിത്തീരുന്നു.

ഇനി പരീക്ഷിത്തിൽ ഏൽക്കപ്പെട്ട ശാപവചനം സംഭവിക്കുന്നതിന്റെ കഥയാണ്.

ഏഴുദിവസത്തിനുള്ളിൽ പരീക്ഷിത്തിനെ തക്ഷകൻ കടിച്ച് മരിക്കാനിടവരട്ടെ എന്നാണല്ലോ താപസകുമാരന്റെ ശാപം. തക്ഷകൻ അഷ്ടനാഗങ്ങളിൽ പെടുന്നു. അഷ്ടനാഗങ്ങളേതാണെന്ന് നോക്കാം.

അനന്തോ ഗുളികശ്ചൈവ വാസുകീ ശംഖപാലകഃ
തക്ഷകശ്ചമഹാപദ്മഃ പദ്മഃ കാർക്കോടകസ്ഥാ.

എന്നിങ്ങനെയാണ് അഷ്ടനാഗങ്ങളെക്കുറിച്ച് പുരാണങ്ങളിൽ പ്രതിപാദിച്ചിരിക്കുന്നത്.

പരീക്ഷിത്ത് രാജാവിന് തക്ഷകന്റെ കടിയേൽക്കാതിരിക്കാൻ രാജപരിവാരങ്ങൾ വേണ്ടത് ചെയ്യാൻ തുടങ്ങി. ഇതിനായി തച്ചന്മാർ അഥവാ ശില്പികളെ വരുത്തി ഒറ്റത്തൂണിൽ രാജാവിന് താമസിക്കാനായി ഒരു രാജഗൃഹം പണിതു. ആ സ്തംഭത്തിലൂടെ സർപ്പങ്ങൾ വരാതിരിക്കാൻ കാവലും ഏർപ്പെടുത്തി. ഈ സ്തംഭത്തിന്റെ

പടവിലൂടെ മാത്രമേ രാജാവിനടുത്തേക്ക് പ്രവേശിക്കാൻ സാധിക്കുകയുള്ളു.

ഇനി തക്ഷകൻ തന്റെ ദൗത്യം നിർവ്വഹിക്കുവാൻ വേണ്ടി ബ്രാഹ്മണവേഷത്തിൽ രാജാവിനടുത്തേക്ക് വരികയാണ്. രാജാവിന്റെ ഭാഗത്തുനിന്നാകട്ടെ, ഏതു വിഷത്തേയും നിർവീര്യമാക്കാൻ കെല്പുള്ള കശ്യപനെ രാജാവിന്റെ സമീപത്തേക്ക് കൊണ്ടുവരാൻ വേണ്ട ഏർപ്പാടുകൾ ചെയ്തു. മാർഗ്ഗമധ്യേ തക്ഷകനും കശ്യപനും കണ്ടുമുട്ടാനിടയായി. യാത്രോദ്ദേശ്യമാരാഞ്ഞ തക്ഷകനോട് കശ്യപൻ പറയുകയാണ്,

ഇന്ന് പരീക്ഷിത്തിനെ തക്ഷകൻ കടിക്കാനിടയുണ്ട്. അതുകൊണ്ട് തക്ഷകവിഷം നിർവീര്യമാക്കി പരീക്ഷിത്ത് രാജാവിനെ രക്ഷിക്കാൻ വേണ്ടി രാജധാനിയിലേക്ക് പോവുകയാണ്.

അപ്പോൾ തക്ഷകൻ– എന്റെ വിഷമേറ്റാൽ ഒരാൾക്കും രക്ഷപ്പെടുത്താനാവില്ല. അതുകൊണ്ട് താങ്കൾ തിരിച്ചുപോകുന്നതാണ് ഉചിതമായിരിക്കുക.

കശ്യപൻ -ഏതു വിഷമേറ്റാലും എന്റെ ചികിത്സ ഫലിക്കാതിരിക്കില്ല.

ഇതുകേട്ട ഉടൻ അവിടെയുള്ള ഒരു വൻവൃക്ഷത്തിൽ തക്ഷകൻ തന്റെ വിസ്തൃതമാർന്ന ഫണം കൊണ്ട് ആഞ്ഞുകൊത്തി. ഉടനെ പ്രസ്തുത വൃക്ഷം കരിഞ്ഞു ചാമ്പലായി തീർന്നു. അപ്പോൾ കശ്യപൻ തന്റെ കമണ്ഡലുവിലുള്ള മന്ത്രപൂതമാർന്ന ഔഷധജലം കൊണ്ട് ആ വെണ്ണീരിൽ ഒന്നു തളിച്ചപ്പോൾ ആ ഉണങ്ങിയ വൃക്ഷം തളിർക്കാൻ തുടങ്ങി. അപ്പോൾ കശ്യപന്റെ വൈദഗ്ദ്ധ്യം തക്ഷകന് ബോധ്യപ്പെട്ടു. ശാപവചനവും വിധിയുടെ പ്രഭാവവും ഇല്ലാതാക്കിക്കൂടാ എന്ന് തക്ഷകൻ കശ്യപനെ ബോധ്യപ്പെടുത്തി അദ്ദേഹത്തെ തിരിച്ചയച്ചു.

ഇനി തക്ഷകൻ തന്റെ ദൗത്യം നിർവ്വഹിക്കാൻ പരീക്ഷിത്തിന്റെ സമീപത്തെത്താനുള്ള വഴി എന്താണെന്ന് ആലോചിച്ചു.

സർപ്പങ്ങളൊന്നും വരാതിരിക്കാൻ വേണ്ടി കാവലോടെ ഒറ്റസ്തംഭത്തിൽ നിർമ്മിച്ച ഹർമ്മ്യത്തിൽ പരീക്ഷീത്തിന് ആമ്രഫലം (മാങ്ങ) ഉപഹാരമായി നൽകാൻ ആരോ അവിടെ നിൽക്കുന്നതു കണ്ടു. ഉടനെ തക്ഷകൻ ചെറിയ ഒരു പുഴുവിന്റെ രൂപത്തിൽ

പ്രസ്തുതമാങ്ങയുടെ ഉള്ളിൽ കടന്നു. ആ മാങ്ങ പരീക്ഷിത്ത് ഭക്ഷിക്കാനൊരുങ്ങവേ അതിൽ പുഴുവിന്റെ രൂപത്തിൽ നിൽക്കുന്ന തക്ഷകൻ തന്റെ ഘോരമാർന്ന സർപ്പരൂപാകാരം പൂണ്ടു.

പരീക്ഷിത്തിന്റെ നെറ്റിയിൽ കൊത്തി. ഉടൻതന്നെ പരീക്ഷിത്ത് രാജാവ് ബോധരഹിതനായി മരണം പ്രാപിച്ചു.

ശുകമുഖത്തുനിന്ന് ഭാഗവതം ശ്രവിച്ച പരീക്ഷിത്തിന് മരണഭയമുണ്ടായില്ല എന്നത് ഒരു യാഥാർത്ഥ്യമാണ്.

ദക്ഷയാഗം

ബ്രഹ്മപുത്രനായ ദക്ഷപ്രജാപതിക്ക് സ്വയംഭൂമനുവിന്റെ പുത്രിയായ പ്രസൂനിയിൽ പതിനാറു പുത്രന്മാരുണ്ടായി. അവരിൽ പതിമൂന്നുപേരെ ധർമ്മൻ എന്ന പ്രജാപതിക്കും പിന്നീടുവന്ന സ്വധയായ പിതൃക്കൾക്കും സ്വാഹമായ അഗ്നിക്കും വിവാഹം ചെയ്തുകൊടുത്തു. സതിയെ ശ്രീപരമേശ്വരൻ വിവാഹം കഴിച്ചു.

ബ്രഹ്മപുത്രനായ ദക്ഷൻ പിതാവിന്റെ ലാളനയേറ്റ് അല്പം അഹന്തയുള്ളവനായി തീർന്നു. ഒരിക്കൽ പ്രജാപതിമാരുടെ ഒരു വലിയ സത്രം ആരംഭിച്ചു. പ്രസ്തുത സത്രത്തിൽ ദക്ഷപ്രജാപതി പ്രവേശിച്ചപ്പോൾ ശ്രീപരമേശ്വരനും ബ്രഹ്മാവുമൊഴികെ മറ്റെല്ലാവരും ആദരവു പ്രകടിപ്പിച്ചുകൊണ്ട് എഴുന്നേറ്റു. ഇതിനോടനുബന്ധിച്ച് ദക്ഷൻ ശ്രീപരമേശ്വരന്റെ നേരെ കോപിച്ചും വിശ്വവന്ദ്യരായ ശ്രീപരമേശ്വരനെ അങ്ങേയറ്റം അധിക്ഷേപിക്കുകയും ചെയ്തു. മാത്രമല്ല തരം കിട്ടുമ്പോഴെല്ലാം ശ്രീപരമേശ്വരനെ അപമാനിക്കുവാനും തുടങ്ങി. ഈ ഉദ്ദേശത്തിൽ ഒരു യജ്ഞമാരംഭിക്കുകയും ചെയ്തു. ശ്രീപരമേശ്വരനെ ഒഴിച്ച് സകലദേവതകളെയും ഋഷിമാരേയും പ്രസ്തുത യജ്ഞത്തിൽ ക്ഷണിച്ചു. സാഘോഷമാരംഭിക്കപ്പെട്ട ഈ യജ്ഞത്തിൽ ദേവർഷിസംഘം പത്നിമാരോടൊത്ത് പങ്കെടുത്തു. സതിയാകട്ടെ, ഭർതൃസമീപത്തിൽ ചെന്ന് യജ്ഞത്തിൽ പങ്കെടുക്കാനുള്ള ആഗ്രഹമറിയിച്ചു. ക്ഷണിക്കാതിരുന്നാലും പിതൃഭവനത്തിൽ പോകുന്നതിന് ഒരു കുഴപ്പവുമില്ല എന്ന് പറഞ്ഞുനോക്കി. ശിവൻ അതിനോട് യോജിച്ചില്ല. ഇത് ദക്ഷൻ തന്നെ അപമാനിക്കാനുള്ള പുറപ്പാടാണ് എന്നുകൂടി ശിവൻ അഭിപ്രായപ്പെട്ടു. ഒടുവിൽ സതീദേവി മാത്രമായി പ്രസ്തുതയജ്ഞത്തിൽ സംബന്ധിക്കാൻ പുറപ്പെട്ടു. ശിവപാർഷദന്മാരായ ഭൂതഗണങ്ങൾ സതീദേവിയെ അനുഗമിച്ചു. അവിടെ എത്തിയപ്പോൾ സതീദേവിയെ ആരും ആദരിച്ചില്ല. രുദ്രഭാഗമില്ലാത്ത യജ്ഞം കണ്ട് സതീദേവി കോപത്തോടെ പറഞ്ഞു.

'സർവ്വാത്മാവും രാഗദ്വേഷങ്ങളൊന്നുമില്ലാത്തവനുമായ ഭഗവാൻ ശിവനെ അങ്ങല്ലാതെ മറ്റൊരാളും വെറുക്കുകയില്ല. ഈ വിധം ഭഗവദ്നിന്ദ ചെയ്യുന്ന അങ്ങയിൽനിന്ന് ജനിച്ച ഈ ദേഹത്തെ ഞാൻ ഇനി നിലനിർത്തില്ല.'എന്നിങ്ങനെ പറഞ്ഞ സതീദേവി യാഗാഗ്നിയിൽ ദേഹം ദഹിപ്പിച്ചു. ഇതറിഞ്ഞ ശിവൻ ഏറ്റവും കുപിതനായി ജട ഇളക്കിയപ്പോൾ അതിൽനിന്ന് അതിഭയങ്കരരൂപത്തോടുകൂടിയ വീരഭദ്രൻ പ്രത്യക്ഷപ്പെട്ടപ്പോൾ, വേഗം പോയി ദക്ഷനേയും യാഗത്തേയും നശിപ്പിക്കുക എന്ന് ശിവൻ ആജ്ഞാപിച്ചു. ഉടൻ വീരഭദ്രൻ രുദ്രഭടന്മാരോടുകൂടി പുറപ്പെട്ടു. ക്ഷണത്തിൽ യജ്ഞശാല നശിപ്പിക്കപ്പെട്ടു. പരമശിവ നിന്ദയിൽ പങ്കാളികളായവർക്കെല്ലാം അങ്ങേയറ്റം ശിക്ഷ അനുഭവിക്കേണ്ടിവന്നു. ദക്ഷന്റെ ശിരസ്സ് ഛേദിച്ചു. അഗ്നിയിൽ ഹോമിച്ചു. ഒടുവിൽ ബ്രഹ്മാദി ദേവന്മാർ ശ്രീരുദ്രനെ പ്രസാദിപ്പിച്ചു. അപ്പോൾ പ്രശാന്തമാനസനായ പരമശിവൻ ദക്ഷന്റെ അപരാധങ്ങൾ ക്ഷമിക്കുകയും ശ്രീപരമേശ്വരകടാക്ഷത്താൽ ദക്ഷന് ജീവനേകി. ആടിന്റെ തല വെച്ചാണ് ദക്ഷനെ ജീവിപ്പിച്ചത്. ദക്ഷൻ ശിവനോട് താൻ ചെയ്തുപോയ അപരാധങ്ങൾക്ക് ക്ഷമായാചനം അഭ്യർത്ഥിച്ചു. യജ്ഞം വിച്ഛേദിക്കപ്പെട്ട ദോഷശമനത്തിനായി വൈഷ്ണവാരാധന നടത്തിയതിന്റെ ഭാഗമായി മഹാവിഷ്ണു അവിടെ പ്രത്യക്ഷപ്പെട്ടു. ഭഗവത്കൃപയാൽ ദക്ഷന്റെ അഹങ്കാരങ്ങളെല്ലാം വിട്ടുമാറി മഹാവിഷ്ണു സർവ്വരേയും അനുഗ്രഹിച്ച് അന്തർധാനം ചെയ്തു.

ധ്രുവചരിതം

സ്വയംഭൂവമനുവിന് പ്രിയവ്രതൻ, ഉത്താനപാദർ എന്നിങ്ങനെ രണ്ടു പുത്രന്മാരുണ്ടായിരുന്നു. അതിൽ ഉത്താനപാദന് സുനീതി , സുരുചി എന്നീ രണ്ട് പത്നിമാരുണ്ടായിരുന്നു. സുനീതിയിൽ ധ്രുവനെന്നും സുരുചിയിൽ ഉത്തമനെന്നും പേരിലുള്ള സന്താനങ്ങൾ ഉണ്ടായി. സുനീതി വിശുദ്ധഹൃദയയും സുരുചി കോപമത്സര്യാദി ഗുണങ്ങളോടു കൂടിയവളുമാണ്. ഒരുദിവസം ഉത്തമൻ പിതാവിന്റെ മടിയിൽ കളിച്ചുകൊണ്ടിരിക്കെ ധ്രുവനും ബാലഭാവത്തിൽ പിതാവിന്റെ മടിയിൽ കയറുവാൻ തുടങ്ങി. ഇതുകണ്ട് സുരുചി ധ്രുവനെ ശാസിക്കുവാൻ തുടങ്ങി. അച്ഛന്റെ മടിയിൽ കയറി ഇരിക്കാൻ നിനക്കെന്തധികാരമാണുള്ളത്. അതിനാഗ്രഹിക്കുന്നു എങ്കിൽ തപസ്സ് ചെയ്ത് അടുത്ത ജന്മത്തിൽ എന്റെ പുത്രനായി പിറക്കാനുള്ള ഭാഗ്യം സമ്പാദിച്ച് പിതാവിന്റെ മടിയിൽ കയറി ഇരിക്കാം. സുരുചിയിൽ ആസക്തനായ ഉത്താനപാദരാകട്ടെ പുത്രനായ ധ്രുവനെ സമാധാനിപ്പിക്കാനായില്ല.

ഇതുകണ്ട് ദുഃഖിതനായ ധ്രുവൻ മാതാവായ സുനീതിയുടെ സമീപമെത്തി നടന്ന സംഭവങ്ങളെല്ലാം അറിയിച്ചു. ഇതുകേട്ട് ദുഃഖം പൂണ്ട സുനീതി 'അവരവരുടെ പൂർവ്വകർമ്മംതന്നെയാണ് ഇത്തരം ദുഃഖങ്ങൾക്കെല്ലാം കാരണം. കർമ്മവാസനകളെ ഇല്ലാതാക്കണമെങ്കിൽ ഈശ്വരനെ ശരണം പ്രാപിക്കുകയല്ലാതെ മറ്റു വഴിയില്ല. സുരുചിയുടെ വാക്ശരങ്ങളാൽ മുറിവേൽപ്പിക്കപ്പെട്ട പിഞ്ചുഹൃദയനായ ധ്രുവൻ ഈശ്വരാന്വേഷണത്തിനായി ത്തന്നെ പുറപ്പെട്ടു. കേവലം അഞ്ചുവയസ്സായ ആ ബാലൻ മാതൃപാദങ്ങളെ വന്ദിച്ച് മഹർഷിമാർക്കുപോലും എളുപ്പത്തിൽ കാണാനാകാത്ത മഹാവിഷ്ണുവിനെ അന്വേഷിച്ച് യാത്രയായി. വഴിയിൽ വെച്ചാണ് ധ്രുവൻ നാരദമഹർഷിയെ കണ്ടെത്തുന്നത്. നാരദമഹർഷി ധ്രുവന്റെ അചഞ്ചലനിശ്ചയവും ഭക്തിയും കണ്ടറിഞ്ഞ് വിഷ്ണുവിനെ ആരാധിക്കുവാനുള്ള ദിവ്യമന്ത്രവും ദീക്ഷയും ഉപദേശിച്ചുകൊടുത്തു.

ധ്രുവൻ ക്രമേണ മധുവനത്തിലെത്തി വിഷ്ണുവിനെ ധ്യാനിച്ച് സമാധിഭാവം പൂണ്ടു. വിശപ്പും ദാഹവും ആ ബാലനെ ബാധിച്ച തേയില്ല. യോഗീഭാവം പൂണ്ട ധ്രുവൻ കുംഭകംകൊണ്ട് ശ്വാസത്തെ തീരെ നിരോധിച്ചപ്പോൾ ലോകത്തിൽ സർവ്വർക്കും ശ്വാസം മുട്ടിയ ഒരവസ്ഥ സംജാതമായി തീർന്നു. ഈ അവസ്ഥയിൽ ഭീതിപൂണ്ട ദേവന്മാരെ മഹാവിഷ്ണു ആശ്വസിപ്പിച്ചുകൊണ്ട് ധ്രുവന്റെ തപസ്സാണിതിന് കാരണമെന്നും അതിന് നിവൃത്തിയുണ്ടാക്കാമെന്നും ഉറപ്പുകൊടുത്തു. ഒടുവിൽ ഭഗവാൻ മഹാവിഷ്ണു ധ്രുവന്റെ മുന്നിൽ പ്രത്യക്ഷപ്പെട്ടു. ആനന്ദസാഗരത്തിൽ ആറാടിയ ധ്രുവൻ ബാലനായിരിക്കേ വിഷ്ണുവിനെ എങ്ങിനെ സ്തുതിക്കും എന്നറിയാതെ വന്നപ്പോൾ മഹാവിഷ്ണു തന്റെ പാഞ്ചജന്യമെന്ന ശംഖുകൊണ്ട് അവന്റെ കപോലത്തിൽ കൃപാപൂർവ്വം സ്പർശിച്ചു. ഉടൻ ധ്രുവന്റെ ജ്ഞാനചക്ഷുസ്സ് തുറക്കപ്പെട്ട് അർത്ഥഗർഭമായ സ്തോത്രങ്ങൾകൊണ്ട് മഹാവിഷ്ണുവിനെ സ്തുതിച്ചു. ദീർഘകാലം രാജ്യം ഭരിച്ച് സർവ്വോത്തമവും നാശരഹിതവുമായ ധ്രുവപദം പ്രാപിക്കട്ടെ എന്ന് മഹാവിഷ്ണു ധ്രുവനെ അനുഗ്രഹിക്കുകയും ചെയ്തു.തുടർന്ന് ധ്രുവൻ പിതൃസമീപത്തിലേക്ക് മടങ്ങി.

ധ്രുവന്റെ വരവറിഞ്ഞ് ഉത്താനപാദമഹാരാജാവും സുനീതിയും സുരുചിയും അത്യന്തം ആഹ്ലാദഭരിതരായി. ഈശ്വരദർശനം ലഭിച്ച പുത്രനെ അവർ സ്നേഹപരവശരായി സമാലിംഗനം ചെയ്തു. കഠോരഹൃദയായ സുരുചിയും ധ്രുവനിൽ സ്നേഹം ചൊരിഞ്ഞു. സർവ്വാന്തർയാമിയായ വാസുദേവൻ പ്രസന്നതയേകുമ്പോൾ സർവ്വത്ര പ്രസന്നത സംഭവിക്കുന്നു.

അങ്ങിനെ കാലം കഴിഞ്ഞു കൊണ്ടിരിക്കെ, ഉത്താനപാദൻ ധ്രുവനെ രാജാവാക്കി വാഴിച്ച് ധ്യാനനിരതനായി വനവാസമനുഷ്ഠിച്ചു.

ധ്രുവന്റെ ഇളയസഹോദരനായ ഉത്തമൻ നായാട്ടിനുപോയ സമയം ഒരു യക്ഷനാൽ വധിക്കപ്പെട്ടു. ഇതറിഞ്ഞ് ദുഃഖിതനും കോപാവിഷ്ഠനുമായ ധ്രുവൻ യക്ഷന്മാരുമായി ഘോരയുദ്ധം ചെയ്തു. യുദ്ധത്തിൽ അനേകം യക്ഷന്മാർ കൊല്ലപ്പെട്ടു. ഇതറിഞ്ഞ് പിതാമഹനായ സ്വയംഭൂവമനു ഋഷീശ്വരന്മാരോടുകൂടി ആവിർഭവിച്ച് ഇപ്രകാരം പറഞ്ഞു.

'അല്ലയോ, വത്സ, നീ കോപത്തെ ഉപേക്ഷിക്കൂ. പരമവിരോധി

യായിരിക്കുന്ന ഈ ക്രോധത്തെ, ശാസ്ത്രാഭ്യാസം നിമിത്തം സിദ്ധി ച്ചിരിക്കുന്ന അറിവിനെ ആശ്രയിച്ചിട്ട്, ഔഷധസേവകൊണ്ട് രോഗ ത്തെ എന്നപോലെ അകറ്റുക. സർവ്വസ്വരൂപനായ ഭഗവാൻ സർവ്വ ഭൂതദയ കൊണ്ടാണ് ഏറ്റവും പ്രസാദിക്കുന്നത്. അതുകൊണ്ട് വ്യർത്ഥമായ യുദ്ധത്തിൽനിന്ന് വിരമിക്കൂ. കുബേരന്റെ അനുചര ന്മാരെയാണ് നീ വധിച്ചത്. അതുകൊണ്ട് കുബേരനെ വിനയപൂർവ്വം നമിച്ച് പ്രസാദിപ്പിക്കുക.'

ഇപ്രകാരം ശാസിച്ച് സ്വയംഭൂവമനു അവിടെനിന്ന് അപ്രത്യക്ഷ നായി. ക്രോധംനിലച്ചവനും യുദ്ധത്തിൽനിന്ന് നിവർത്തിച്ചിരിക്കു ന്നവനുമായ ധ്രുവനെ കണ്ടിട്ട് കുബേരൻ അവിടെ വന്നുചേർന്ന് കൈ കൂപ്പി നിൽക്കുന്ന ധ്രുവനോട് പ്രീതിപൂർവ്വം പറഞ്ഞു.

'അല്ലയോ, ക്ഷത്രിയകുമാര! ഞാൻ നിന്നിൽ സന്തുഷ്ടനായി രിക്കുന്നു. പിതാമഹന്റെ ഉപദേശത്തെ മാനിച്ച് ദുസ്ത്യജമായ വൈരത്തെ നീ ഉപേക്ഷിച്ചുവല്ലൊ. ഭവാൻ യക്ഷന്മാരെ വധിച്ചില്ല. ഭവാന്റെ സഹോദരനെ യക്ഷന്മാരും വധിച്ചില്ല. പ്രാണികളുടെ ജന നമരണങ്ങളുടെ മുഖ്യകർതൃത്വം കാലസ്വരൂപനായ ഈശ്വരനിലി രിക്കുന്നു. ഈ കാണുന്നത് കേവലം നിമിത്തം മാത്രമാണ്. നീ ഉത്തമഭക്തനാണെന്നതു നിമിത്തം ഞാൻ പ്രസന്നനായിരിക്കുന്നു. ഇഷ്ടമുള്ള വരം ചോദിച്ചുകൊള്ളുക.'

അപ്പോൾ ധ്രുവൻ കരുണപൂണ്ട ഭഗവാനിൽനിന്ന് ഏകാന്തഭ ക്തിയാണ് വരിച്ചത്. കുബേരൻ അങ്ങിനെതന്നെ ഭവിക്കട്ടെ എന്ന നുഗ്രഹിച്ച് അന്തർധാനം ചെയ്തു.

തുടർന്ന് ഉത്തമഭക്തനായ ധ്രുവൻ സർവ്വചരാചരങ്ങളിലും വിഷ്ണുവിനെ ദർശിച്ചു. പ്രജകൾ അദ്ദേഹത്തെ അങ്ങേയറ്റം സ്നേഹിച്ചു. ഒടുവിൽ അദ്ദേഹം പരമവിരക്തനായി ബദരികാശ്രമം പ്രാപിച്ചു. ബദര്യാശ്രമത്തിൽ അഷ്ടാംഗയോഗം ശീലിച്ച് കാലം നയിച്ചു. ശമദാമിയുക്തനായി ആസനബന്ധം ചെയ്തു. ഒടുവിൽ സമാധി കൈവന്ന് സ്വാത്മമാത്രമായിരുന്നു. അപ്രകാരം സമാധി സ്ഥനായിരിക്കുന്ന ധ്രുവൻ പൂർണ്ണചന്ദ്രനെ പോലെ ആകാശത്തിൽ നിന്നിറങ്ങി വരുന്ന ഉൽകൃഷ്ടമായ വിമാനം കണ്ടു. വിഷ്ണുപാർഷ ദനായ നാദായുന്ദന്മാർ അതിൽ ഇരിക്കുന്നതായി കണ്ടു.

അവർ ധ്രുവനോട് ഇപ്രകാരം പറഞ്ഞു.

ഹേ, രാജൻ! അങ്ങയ്ക്ക് മംഗളം ഭവിക്കട്ടെ. അങ്ങ് അഞ്ചുവയ

സ്സായിരുന്ന കാലത്തിൽ തപസ്സ് ചെയ്ത് യാതൊരു ദേവനെ സന്തോഷിപ്പിച്ചുവോ ആ ദേവന്റെ പാർഷദന്മാരായ ഞങ്ങൾ അങ്ങയെ ഭഗവൽസ്സന്നിധിയിലെത്തിക്കുവാൻ വന്നവരാകുന്നു. അന്യന്മാർക്ക് അപ്രാപ്യമായ വിഷ്ണുവിന്റെ സ്ഥാനം നീ എത്താൻ പോകുന്നു. സപ്തർഷികൾ ആ സ്ഥാനത്തിന്റെ അധോഭാഗത്തിൽ വസിച്ചിട്ട് അതിനെ കേവലം നോക്കുന്നു. സുര്യാദികളായ നവഗ്ര ഹങ്ങളും അശ്വന്യാദികളുടെ ഇരുപത്തിയേഴ് നക്ഷത്രത്തെയും മറ്റുള്ള താരകളും ആ സ്ഥാനത്തെ പ്രദക്ഷിണം ചെയ്ത് സഞ്ചരി ക്കുന്നു. ലോകത്തിലേക്കു വെച്ച് പൂജ്യവും വിഷ്ണുവിന്റെ പരമപ ദവുമായ ആ സ്ഥാനത്തിൽ നീ വസിച്ചുകൊൾക.'

വിമാനത്തിൽ കയറുന്ന സമയം ധ്രുവൻ ചിന്തിക്കുകയാണ്.

എന്റെ വിയോഗത്തിൽ ദുഃഖിക്കുന്ന അമ്മയായ സുനീതിയെ ഉപേക്ഷിച്ച് പോയിട്ട് സ്വർഗ്ഗത്തെ ഞാൻ എങ്ങിനെ പ്രാപിക്കും?

അവന്റെ വിചാരമറിഞ്ഞ പാർഷദമുഖ്യന്മാർ വിമാനത്തിലിരുന്ന് മുൻഭാഗത്തുകൂടെ സഞ്ചരിക്കുന്ന സുനീതിദേവിയെ കാട്ടിക്കൊ ടുത്തു.

ഭഗവാന്റെ അനുഗ്രഹമുള്ളവർ സങ്കല്പിക്കുന്നതെല്ലാം അപ്പോൾ ത്തന്നെ സാധിക്കും. അചഞ്ചലമാർന്ന സ്ഥാനത്തേക്ക് പോകുന്ന ധ്രുവൻ വിമാനത്തിൽ കൂടെ ത്രിലോകത്തേയും സപ്തർഷിക ളേയും സൂര്യാദിതേജസ്സുകളെയും കടന്നിട്ട് അതിനെല്ലാം മീതെ യിരിക്കുന്ന വിഷ്ണുപാദം പ്രാപിച്ചു.

ജഡഭരതൻ

പ്രിയവ്രതവംശത്തിലെ മഹാനായ ഒരു രാജാവായിരുന്നു ഭരതൻ. അദ്ദേഹം വിശ്വരൂപപുത്രിയായ പഞ്ചജനിയെ വിവാഹം ചെയ്തു. അവർക്ക് അഞ്ചു പുത്രന്മാരുണ്ടായി. പുത്രന്മാരെപ്പോലെ പ്രജകളെ പരിപാലിച്ചുപോന്ന അദ്ദേഹം തന്റെ സർവ്വകർമ്മങ്ങളേയും കർമ്മഫലങ്ങളേയും സർവ്വാന്തര്യാമിയായ ഈശ്വരനിൽ സമർപ്പിച്ചു. ചിരകാലം രാജ്യം ഭരിച്ച് ഒടുവിൽ പരമവിരക്തനായി പുത്രന്മാരിൽ രാജ്യഭാരമേൽപ്പിച്ച് പുലഹാശ്രമത്തിലെത്തി. അവിടെ പരിപാവനമായ ചക്രനദിയിൽ സ്നാനം ചെയ്ത് ഭഗവതാരാധനയിൽ മുഴുകി ആനന്ദിച്ചു. ഒരുദിവസം അദ്ദേഹം നദീതീരത്തിൽ ഇരിക്കുകയായിരുന്നു. അപ്പോഴാണവിടെ പൂർണ്ണഗർഭിണിയായ ഒരു മാൻപേട വെള്ളംകുടിക്കാൻ വന്നത്. പെട്ടെന്ന് സിംഹത്തിന്റെ ഭയങ്കരശബ്ദം കേട്ട് ഭയചകിതയായി മറുകരയിലേക്ക് ചാടി. ഈ ചാട്ടത്തിൽ പ്രസ്തുത മാൻപേട ഒരു കുഞ്ഞിനെ പ്രസവിച്ച് മൃതിയടഞ്ഞു. ഇതുകണ്ട് ഭയംപൂണ്ട ഭരതൻ മാൻകുട്ടിയെ എടുത്ത് ആശ്രമത്തിലേക്ക് കൊണ്ടുവന്നു.ജനിച്ചപാടേയുള്ള ആ മാൻകുഞ്ഞിനെ ശുശ്രൂഷിക്കാൻ തുടങ്ങി. പിന്നീട് അദ്ദേഹത്തിന്റെ ശ്രദ്ധ മുഴുവൻ മാൻപേടയിൽതന്നെയായി. ധ്യാനവേളയിലും അദ്ദേഹം മാൻകുട്ടിയെത്തന്നെ ചിന്തിച്ച് വിവശനായി തീർന്നു. ഇടയ്ക്ക് പ്രസ്തുത മാൻപേടയെ കാണാതിരിക്കുമ്പോൾ രാജാവ് അങ്ങേയറ്റം അസ്വസ്ഥനാകും. മരണസമയത്തുപോലും മാൻപേടയെ ചിന്തിച്ച അദ്ദേഹം അടുത്ത ജന്മത്തിൽ ഒരു മാനായി തീർന്നു. എങ്കിലും പൂർവ്വസ്മരണ അദ്ദേഹത്തിൽനിന്നു വിട്ടുപോയില്ല. ഒടുവിൽ എല്ലാം വിട്ട് പുലഹാശ്രമത്തിൽതന്നെ വന്നുചേർന്ന് സാധന തുടങ്ങി. പിന്നീട് തന്റെ മൃതദേഹത്തെ തിർത്ഥജലത്തിൽ ഉപേക്ഷിച്ചു.

അനന്തരം ഭരതൻ തന്റെ കർമ്മ വാസനയവസാനിപ്പിക്കാനായി അംഗിരസ്സിന്റെ ഗോത്രത്തിൽ ഒരു ബ്രാഹ്മണപുത്രനായി ജനിച്ചു. ചെറുപ്പകാലം മുതൽക്കുതന്നെ ആത്മാരാമനായ അദ്ദേഹം സാധാ

രണക്കാർക്കു ജഡനെപ്പോലെ കാണപ്പെട്ടു. അദ്ദേഹം വിദ്യയഭ്യസിക്കാനൊന്നും പോയില്ല. സഹോദരന്മാർക്ക് അദ്ദേഹത്തിന്റെ മാഹാത്മ്യം മനസ്സിലാക്കാൻ സാധിച്ചില്ല. അവർ അദ്ദേഹത്തെ ജഡമെന്നുതന്നെ കരുതി. പിന്നീട് ആ മഹാത്മാവ് ജഡഭരതൻ എന്ന് പ്രഖ്യാതനായിത്തീർന്നു. സ്ഥിരപ്രജ്ഞനായ അദ്ദേഹം എന്തു കിട്ടിയാലും അതുകൊണ്ട് സന്തോഷിക്കും. ഇടയ്ക്ക് ആരെങ്കിലും കാവലിനും മറ്റും നിർത്തിയാൽ അവിടെത്തന്നെ നിശ്ചലനായി നിൽക്കും. അവർ കൂലിയായി കൊടുക്കുന്നതെന്തും ഭാവഭേദമില്ലാതെ സ്വീകരിക്കും.

ഒരിക്കൽ ആഭിചാരവൃത്തിയിലേർപ്പെട്ട് ഒരുവൻ പുത്രനെ ലഭിക്കണം എന്ന ഉദ്ദേശത്തോടെ ഒരുവനെ ഭദ്രകാളിക്കായി നരബലി കഴിക്കുവാൻ നിശ്ചയിച്ചു. യാദൃച്ഛികമായി ആ പുരുഷൻ ബന്ധനത്തിൽ നിന്ന് രക്ഷപ്പെട്ട് ഓടിപ്പോയി. അനുയായികൾ ആ പുരുഷനെ അന്വേഷിച്ചു നടന്നു. അപ്പോൾ ഒരു വയലിൻകരയിൽ വീരാസനത്തിൽ ഇരിക്കുന്ന ജഡഭരതനെ അവർ കണ്ടു. ഉടനെ അവർ അദ്ദേഹത്തെ ബന്ധിച്ച് ബലി നടത്താൻ വേണ്ടി ചണ്ഡികാഗൃഹത്തിലേക്ക് കൊണ്ടുപോയി. അവർ അദ്ദേഹത്തെ സ്നാനഭോജനാദികൾ കഴിപ്പിച്ച് ഭദ്രകാളിയുടെ മുമ്പിൽ കൊണ്ടു ചെന്ന് ഇരുത്തി. പുരോഹിതൻ ബലി നടത്താൻ വേണ്ടി മൂർച്ചയേറിയ വാൾ കയ്യിലെടുത്തു. അപ്പോഴും ആ മഹാരാജാവിന്റെ മുഖത്തു മന്ദഹാസം കാണാൻ കഴിഞ്ഞു. പരമഭാഗവതനും ജ്ഞാനിയുമായ അദ്ദേഹത്തെ ഹിംസിക്കുവാൻ തുടങ്ങുന്നതു കണ്ട് ഭദ്രകാളി അവിടെ പ്രത്യക്ഷപ്പെട്ട് അതേ വാളുകൊണ്ടുതന്നെ അവരെയെല്ലാം നിഗ്രഹിച്ചു. മഹാപുരുഷന്മാരിൽ ചെയ്യപ്പെടുന്ന ആദിപാപം സർവ്വനാശത്തിലേക്കെത്തിക്കുന്നു.

ഒരിക്കൽ സിന്ധുസൗരവദേശത്തിലെ രാജാവായ രഹുഗണൻ തത്വജ്ഞാനം മനസ്സിലാക്കാൻ വേണ്ടി കപിലാശ്രമത്തിലേക്ക് പോവുകയായിരുന്നു. ഒരാൾകൂടി തന്റെ പല്ലക്ക് എടുക്കാൻ വേണമെന്നായപ്പോൾ യാദൃച്ഛികമായാണ് ജഡഭരതനെ അവിടെ കണ്ടുമുട്ടാനിടയാകുന്നത്. ദൃഢഗാത്രനായ അദ്ദേഹത്തെ കൊണ്ട് പല്ലക്ക് ചുമപ്പിച്ചു. വഴിയിൽ പ്രാണിഹിംസ ഒഴിവാക്കാൻ വേണ്ടി വളരെ ശ്രദ്ധിച്ചാണ് അദ്ദേഹം നടന്നിരുന്നത്. സഞ്ചാരത്തിന് വേഗം കുറവാണെന്ന് കണ്ടപ്പോൾ രഹുഗണൻ ക്രുദ്ധനായി ജഡഭരതനോട്-

'സ്വാമിയായ എന്നെ ധിക്കരിക്കുന്ന നിന്റെ പ്രമാദത്തിന് ഞാൻ തക്കതായ ചെയ്യുന്നുണ്ട്' എന്ന് പ്രസ്താവിച്ചു. അപ്പോൾ രാജാവിനോട് ജഡഭരതൻ പറയുകയാണ്, അങ്ങ് സ്വാമിയെന്നും ഞങ്ങൾ ഭൃത്യരെന്നും അങ്ങ് സൂചിപ്പിച്ചുവല്ലോ. ഈ സ്വാമി ഭൃത്യഭാവം ഒരിക്കലും സ്ഥായിയായി നിൽക്കുന്നതല്ലല്ലോ. അങ്ങേയ്ക്ക് രാജ്യഭ്രംശം വന്നാൽ ഈ സ്വാമിഭാവം കാണില്ലല്ലോ. പിന്നെ തക്കതായ ചെയ്യുമെന്നങ്ങ് പറഞ്ഞു. ആത്മസ്വരൂപം പ്രാപിച്ച് യഥേഷ്ടം വസിക്കുന്നു. എനിക്ക് അന്തസ്സുള്ള ചികിത്സയാണെന്ന് ഫലം! അപ്പോൾ രാജാവിന് പ്രസ്തുത വ്യക്തി ഏതോ ഒരു ദിവ്യപുരുഷനാണ് എന്ന് ബോധമുണ്ടായി. ഉടനെ രഹുഗണൻ പല്ലക്കിൽ നിന്നിറങ്ങി ആ മഹാത്മാവിന്റെ കാൽക്കൽ വീണു. അങ്ങിനെ ജഡഭരതൻ രാജാവിന് ആത്മജ്ഞാനമുപദേശിച്ചു.

അജാമിളോപാഖ്യാനം

കന്യകുബ്ജം എന്നിടത്ത് പണ്ട് അജാമിളൻ എന്നുപേരായ ഒരു ബ്രാഹ്മണൻ ഉണ്ടായിരുന്നു. അദ്ദേഹം തന്റെ ധാർമ്മികകൃത്യങ്ങളെല്ലാം ഉപേക്ഷിച്ച് സ്ത്രീലമ്പടനായിത്തീർന്നു. ദുർന്നടപ്പുകാരിയായ ഒരു സ്ത്രീയിൽ അനുരക്തനായി. മാത്രമല്ല വഴിപോക്കരെ തട്ടിപ്പറിച്ചു അജാമിളൻ അവളെ പോഷിപ്പിച്ചു. അവളിൽ ആ ബ്രാഹ്മണന് പത്തുപുത്രന്മാരുണ്ടായി. നാരായണൻ എന്നായിരുന്നു പത്താമത്തെ പുത്രന്റെ നാമധേയം. ആ പുത്രനിൽ അജാമിളന് അതിയായ സ്നേഹമുളവായി. ആ പുത്രനെത്തന്നെ ചിന്തിച്ചു മറ്റൊന്നുമറിയാതെ ദിവസങ്ങൾ കഴിഞ്ഞുകൂടി. മരണസമയത്ത് ഭയാനകമായ യമദൂതന്മാരെ കണ്ട് ഭയചകിതനായി നാരായണ എന്ന് ഉച്ചത്തിൽ പുത്രനെ വിളിച്ചു. മഹാവിഷ്ണുവിന്റെ നാരായണ എന്നുള്ള നാമം കേട്ട് ഉടനെ വിഷ്ണുപാർഷദന്മാർ അവിടെ പ്രത്യക്ഷപ്പെട്ടു. അജാമിളനെ വലിച്ചുകൊണ്ടുപോകുന്ന യമകിങ്കരന്മാരെ അവർ തടഞ്ഞു. യമധർമ്മരാജാവിന്റെ കല്പനയെ തടയാൻ നിങ്ങൾ ആരാണ് എന്ന യമകിങ്കരന്മാരുടെ ചോദ്യം കേട്ട് വിഷ്ണുപാർഷദന്മാർ നിങ്ങൾ ധർമ്മരാജന്റെ ആളുകളാണെങ്കിൽ അജാമിളൻ വന്നു പറഞ്ഞ ധർമ്മരാഹിത്യമെന്തെന്ന് വ്യക്തമാക്കാൻ ആവശ്യപ്പെട്ടു.

അപ്പോൾ യമകിങ്കരന്മാർ അറിയിക്കുന്നു.

'ബ്രാഹ്മണനായിരുന്ന ഇവൻ വേദശാസ്ത്രങ്ങളെല്ലാം അഭ്യസിച്ച് വ്രതങ്ങളെല്ലാമനുഷ്ഠിച്ച് സർവ്വഭൂതസൗഹൃദം സമ്പാദിച്ചുപോന്നു. പക്ഷേ, ഒരുദിനം ഫലപുഷ്പങ്ങളെല്ലാമെടുത്തു വനത്തിൽനിന്ന് മടങ്ങിവരുന്ന സമയം ഒരു ദാസിയെക്കണ്ട് മോഹിച്ചു. ആ വേളയിൽ സ്വപത്നിയെ ഉപേക്ഷിച്ച് അധർമ്മമാർഗ്ഗമവലംബിച്ചു. ഇവനിൽ ഇനി അധർമ്മവാസന ഇല്ലാതാക്കൻ വേണ്ടിയാണ് ഇവനെ ഞങ്ങൾ യമധർമ്മരാജസമീപത്തിലേക്ക് എത്തിക്കുന്നത്.'

ഇതുകേട്ട് വിഷ്ണുപാർഷദൻമാർ പറയുകയാണ്.

ഈ അജാമിളൻ ഈ ജന്മങ്ങളിലേതു മാത്രമല്ല, കോടിക്കോടി ജന്മങ്ങളിലെ മഹാപാപങ്ങൾക്കുപോലും പ്രായശ്ചിത്തം ചെയ്തു കഴിഞ്ഞിരിക്കുകയാണ്. കാരണം ഇവൻ ഭഗവാന്റെ തിരുനാമം ഉച്ച രിച്ചു എന്നതാണ്. ഏതു മഹാപാപിയും ഭഗവത് ഉച്ചാരണത്താൽ ശുദ്ധനായിത്തീരുന്നു. പുത്രനെ വിളിക്കുകയല്ലേ അജാമിളൻ ചെ യ്തത് എന്നാണെങ്കിൽ പോലും നാരായണനമോച്ചാരണം സർവ്വ പാപവിനാശകമാണ്. നിങ്ങൾക്ക് ഇതിൽ സംശയമുണ്ടെങ്കിൽ യമ ധർമ്മരാജനോടുതന്നെ ചോദിച്ചാലും.

ഇവരുടെ സംവാദം കേട്ട് അജാമിളന് പശ്ചാത്താപമുളവായി സ്വയം ആത്മപരിശോധന നടത്തി ചിന്തിക്കുകയാണ്.

ഹാ കഷ്ടം! ഈഞാൻ പതിവ്രതയായ പത്നിയേയും വാത്സ ല്യവിധികളായ മാതാപിതാക്കന്മാരേയും ഉപേക്ഷിച്ച് ദുർന്നടപ്പുള്ള ഒരു സ്ത്രീയെയാണല്ലോ ആശ്രയിച്ചുപോന്നത്. ഈശ്വരാരാധനയും ധർമ്മനിഷ്ഠയും ഉപേക്ഷിച്ച് അത്യന്തം നീചമായ ജീവിതം നയി ച്ചു. ഇതെല്ലാമായിട്ടും ഈശ്വരൻ ഈ നീചനിൽ കരുണ ചൊരി ഞ്ഞു. ഇനി ശേഷിച്ച ജീവിതം ഭഗവത് സേവയിൽ മുഴുകി മുന്നോട്ടു നയിക്കാം. ഇപ്രകാരം ചിന്തിച്ച അജാമിളൻ ഹരിദ്വാരത്തിലെത്തി വിഷ്ണുധ്യാനത്തിൽ നിരതനായിത്തീർന്നു.

അനന്തരം ഭഗവൽപാർഷദന്മാരാൽ നയിക്കപ്പെട്ട് വിഷ്ണു ലോകം പ്രാപിച്ചു.

വൃത്രാസുരകഥ

ഒരിക്കൽ ഇന്ദ്രൻ ത്രിഭുവനൈശ്വര്യത്താൽ മത്തനായിത്തീർന്നു. ഇന്ദ്രൻ സർവ്വദേവതകളാലും സേവിക്കപ്പെട്ടുകൊണ്ടിരിക്കുമ്പോൾ ദേവഗുരുവായ ബൃഹസ്പതി അവിടെ വരാനിടവന്നു. അഹന്തനിമിത്തം ഇന്ദ്രൻ ഗുരുവിനെ എഴുന്നേറ്റ് വന്ദിച്ചില്ല. ഇതുകണ്ട് ബൃഹസ്പതി അവിടെനിന്ന് തിരിച്ചുപോയി. അപ്പോഴാണ് ഇന്ദ്രൻ തന്റെ തെറ്റ് മനസ്സിലാക്കി പശ്ചാത്തപിച്ചത്. ഇന്ദ്രൻ ക്ഷമ ചോദിക്കാൻ വേണ്ടി ബൃഹസ്പതിയെ അന്വേഷിച്ച് യാത്രയായി. അപ്പോൾ ബൃഹസ്പതി തന്റെ മായാശക്തികൊണ്ട് ഇന്ദ്രന് കാണാൻ കഴിയാത്തവിധം മറഞ്ഞു. ഇന്ദ്രൻ താൻ ചെയ്ത തെറ്റിനെയോർത്ത് അസ്വസ്ഥനായി തീർന്നു. അസുരന്മാർ ഈ അവസരം ഉപയോഗപ്പെടുത്തി ദേവന്മാരെ ദ്രോഹിക്കാൻ തുടങ്ങി. അസുരന്മാരുടെ ശല്യം സഹിക്കവയ്യാതെ ദേവന്മാർ ബ്രഹ്മാവിനെ സമീപിച്ചു. അപ്പോൾ ബ്രഹ്മാവ് ഇതിന് തക്കതായ പരിഹാരം കണ്ടുകൊണ്ട് ദേവന്മാർക്ക് ഇപ്രകാരം നിർദ്ദേശം നൽകി-'നിങ്ങൾ ബ്രഹ്മജ്ഞനായ ഗുരുവിനെ തിരസ്ക്കരിച്ചതുനിമിത്തമാണ് ഇപ്പോൾ ഇതെല്ലാം അനുഭവിക്കേണ്ടിവന്നത്. അസുരന്മാർ അവരുടെ ഗുരുവായ കശ്യപനെ വേണ്ടവിധം ആദരിച്ച് ആരാധിച്ചതുകൊണ്ടാണ് അവർക്ക് അനുദിനം ശക്തി നേടാൻ സാധിച്ചത്. അതുകൊണ്ട് ബ്രഹ്മജ്ഞാനിയായ വിശ്വരൂപനെ ശരണം പ്രാപിച്ച് നിങ്ങൾക്ക് കാര്യം നേടാൻ സാധിക്കും. അദ്ദേഹം അസുരപക്ഷപാതിയാണ് എന്നത് ഒരു യാഥാർത്ഥ്യം തന്നെയാണ് എന്നത് പൊറുക്കുകയല്ലാതെ വേറെ രക്ഷയുമില്ല.'

അങ്ങിനെ ദേവന്മാർ വിശ്വരൂപനെ ശരണം പ്രാപിച്ചു. അദ്ദേഹം അത് സ്വീകരിക്കുകയും നാരായണകവചമുപദേശിച്ച് ഇന്ദ്രൻ തുടങ്ങിയ ദേവന്മാരെ രക്ഷിക്കുകയും ചെയ്തു. അങ്ങിനെ ഇന്ദ്രൻ ശത്രുക്കളെ ജയിച്ച് നഷ്ടപ്പെട്ട ഐശ്വര്യത്തെ വീണ്ടെടുത്തു. വിശ്വ

രൂപനാകട്ടെ, അസുരന്മാർക്ക് പരോക്ഷമായി യജ്ഞഭാഗം കൊടുക്കാൻ തുടങ്ങി. ഇതുകണ്ട് കോപിഷ്ഠനായ ഇന്ദ്രൻ വിശ്വരൂപനെ വധിച്ചു. ബ്രഹ്മഹത്യാപാപം ഇന്ദ്രനെ ബാധിക്കുകയും ചെയ്തു. ത്വഷ്ടാവ് ഇന്ദ്രന്റെ നേരെ ക്രുദ്ധനായി ഇന്ദ്രന്റെ ശത്രു ജനിക്കുന്നതിനായി ഒരു ഹോമം തുടങ്ങി. ആ ഹോമാഗ്നിയിൽനിന്നാണ് വൃത്രാസുരൻ ജനിച്ചത്. വൃത്രാസുരന്റെ ഭയാനകമായ രൂപം കണ്ട് ഭയന്ന ഇന്ദ്രൻ തുടങ്ങിയ ദേവന്മാർ ബ്രഹ്മാവിനെത്തന്നെ ശരണം പ്രാപിച്ചു. അപ്പോൾ ബ്രഹ്മാവ് പരമജ്ഞാനിയും പരമകൃപാലുവുമായ ദധീചിമഹർഷിയുടെ ശരീരത്തെ യാചിക്കുകയും അതുകൊണ്ട് അസ്ത്രമുണ്ടാക്കി ആ അസ്ത്രം കൊണ്ട് വൃത്രാസുരനെ സംഹരിക്കാൻ സാധിക്കുമെന്നും നിർദ്ദേശിച്ചു. അതുപ്രകാരം ദേവന്മാർ ദധീചിമഹർഷിയെ സമീപിച്ച് അദ്ദേഹത്തിന്റെ ദേഹം യാചിച്ചു. മഹർഷി അദ്ദേഹത്തിന്റെ ദേഹം ദാനം ചെയ്യുകയും ചെയ്തു. ഇന്ദ്രൻ മഹർഷിയുടെ അസ്ഥികളെക്കൊണ്ട് നിർമ്മിതമായ വജ്രായുധം ധരിച്ച് ദേവസംഘങ്ങളോടുകൂടി വൃത്രാസുരനുമായി യുദ്ധത്തിന് പുറപ്പെട്ടു. വിഷ്ണുഭക്തിയിൽ മുഴുകിയ വൃത്രൻ തന്റെ ദേഹം ഉപേക്ഷിക്കാനാഗ്രഹിച്ചുകൊണ്ട് ശൂലവുമെടുത്ത് ഇന്ദ്രന്റെ നേർക്കോടി. വൃത്രൻ ഇന്ദ്രന്റെ നേർക്ക് ശൂലം പ്രയോഗിച്ചപ്പോൾ ഇന്ദ്രൻ നേരത്തെ നിർമ്മിച്ച വജ്രായുധം കൊണ്ട് വൃത്രന്റെ ഒരു കൈ ഛേദിക്കുകയും ചെയ്തു. കൈ മുറിഞ്ഞിട്ടും യാതൊരു ഭാവഭേദവുമില്ലാതെ മറ്റേകൈകൊണ്ട് പരിഘമെടുത്ത് ഇന്ദ്രന്റെ നേർക്കെറിഞ്ഞു. അപ്പോൾ ഇന്ദ്രന്റെ കൈയിൽനിന്നും വജ്രായുധം താഴെ വീണു. ഇന്ദ്രൻ വിഷണ്ണനായി നിന്നതുകണ്ട് ഉടനെ വജ്രായുധമെടുത്ത് പ്രയോഗിക്കുവാൻ വൃത്രൻ തന്നെ ഉപദേശിച്ചു. കാലമൂർത്തിയായ ഭഗവാനൊഴിച്ച് സർവ്വരും ജയാപജയങ്ങളാൽ അസ്വതന്ത്രന്മാരാകുന്നു. അവിടത്തെ ഇച്ഛപോലെ സർവ്വതും നടക്കുന്നു. അതുകൊണ്ട് ജയാപജയങ്ങളിൽ സമനായിരിക്കണം. വൃത്രൻ അസുരനായി ജനിച്ചിട്ടും ഭഗവാൻ വാസുദേവനിൽ ഇത്രയും ദൃഢമായ പ്രേമം അപാരം തന്നെ. ഈ വിധം പരസ്പര ബഹുമാനം ആവാഹിച്ചുകൊണ്ട് അവർ ഘോരയുദ്ധം തുടങ്ങി.

ഒടുവിൽ ഭഗവദനുഗ്രഹത്താൽ ഇന്ദ്രൻ വൃത്രനെ വധിച്ചു. പ്രസ്തുത വൃത്രാസുരൻ പൂർവ്വജന്മത്തിൽ ചിത്രകേതു എന്ന ഒരു

രാജാവായിരുന്നു. അദ്ദേഹത്തിന്റെ കാലത്ത് ഭൂമി സർവ്വസമ്പദ്പ്രഭയായിരുന്നു. അനേകം പത്നിമാർ അദ്ദേഹത്തിനുണ്ടായിരുന്നു. എങ്കിലും അദ്ദേഹത്തിന് സന്തതികളൊന്നുമുണ്ടായിരുന്നില്ല. അദ്ദേഹത്തിന്റെ മനസ്സിൽ ഈ ദുഃഖം എന്നും അലട്ടിയിരുന്നു. അങ്ങനെയിരിക്കവെ യാദൃച്ഛികമായാണ് അംഗിരസ്സ് മഹർഷി അദ്ദേഹത്തെ കാണാനായി വന്നത്. ചിത്രകേതു അദ്ദേഹത്തെ ആദരിച്ചു. തുടർന്ന് തന്റെ അനപത്യതാ ദുഃഖമറിയിക്കുകയും ചെയ്തു. മഹർഷി രാജാവിനെകൊണ്ട് ഒരു യാഗം ചെയ്യിക്കുകയും യജ്ഞഭാഗം പത്നിയായ കൃതദ്യുതിക്ക് നൽകുകയും ചെയ്തു. ഇനി ഒരു പുത്രൻ അങ്ങേയ്ക്കുണ്ടാകും പക്ഷെ, ആ പുത്രൻ സുഖമേകുന്നതിനു പകരം ദുഃഖമാണേകുക എന്ന് പ്രവചിച്ച് മഹർഷി അപ്രത്യക്ഷനായി. ക്രമേണ കൃതദ്യുതി ഗർഭിണിയായി. സുന്ദരനായഒരു പുത്രൻ ജനിക്കുകയും ചെയ്തു. പുത്രലാഭത്താൽ അവർ അങ്ങേയറ്റം ആനന്ദിക്കുകയും പുത്രന്റെ ഭാവിശ്രേയസ്സിന് പല പുണ്യകർമ്മങ്ങൾ ആചരിക്കുകയും ചെയ്തു. ക്രമേണ സപത്നിമാർക്ക് അവളുടെ നേരെ അസൂയ വർദ്ധിച്ചു. അവർ ആ കുട്ടിക്ക് വിഷം കൊടുത്തു. ഗൃഹജോലികളിൽ വ്യാപൃതയായ കൃതദ്യുതി പിന്നീടാണ് മരിച്ചു കിടക്കുന്ന തന്റെ കുട്ടിയെ കണ്ടത്. അപ്പോൾ മാതാവായ കൃതദ്യുതിയുടെ നിലവിളി കേട്ട് രാജാവും പ്രജകളും ഓടിയെത്തി. ഈ വേളയിൽ കൃപാലുവായ അംഗിരസ്സ് മഹർഷി നാരദമഹർഷിയോടുകൂടി അവിടെ വന്നണഞ്ഞു. പുത്രന്റെ മൃതദേഹത്തിനു സമീപം ദുഃഖിച്ചുകൊണ്ടിരിക്കുന്ന രാജാവിനോട് 'ഇത് അങ്ങയുടെ ആരാണ്. പുത്രനാണെങ്കിൽ ഏതു ജന്മത്തിലെ പുത്രനാണ് ചോദിച്ചു. നശ്വരമായ ഈ ദേഹത്തെക്കുറിച്ച് ദുഃഖിക്കുന്നതിനു പകരം വിവേകം കൈവന്ന് സ്വസ്ഥനായിത്തീരൂ എന്ന് ഉദ്ബോധിപ്പിക്കുകയും ചെയ്തു. ലോകനന്മക്കായി സഞ്ചരിച്ചുകൊണ്ടിരിക്കുന്ന നിങ്ങൾ ജ്ഞാനദീപം നൽകി എന്നെ അനുഗ്രഹിച്ചാലും എന്ന് രാജാവ് അപേക്ഷിച്ചു.

അപ്പോൾ അംഗിരസ്സ് പറയുകയാണ്.

'ഞാനാണ് അങ്ങേയ്ക്ക് പുത്രനെ തന്നത്. ഈ മുന്നിൽ കാണുന്നത് നാരദമഹർഷിയാണ്. അങ്ങയെ അനുഗ്രഹിക്കാൻ വേണ്ടിയാണ് ഞങ്ങൾ ഇവിടെ വന്നത്. പുത്രൻ ദുഃഖപ്രദനെന്ന് ഇപ്പോൾ

അങ്ങക്ക് മനസ്സിലായല്ലോ. സർവ്വസുഖങ്ങളും ഇപ്രകാരം തന്നെയാണ്. ഇതറിഞ്ഞ് ഒന്നിലും ആസക്തികൂടാതെ നിത്യാനന്ദസ്വരൂപനായ ഭഗവാനിൽ ചിത്തത്തെ ഏകാഗ്രമാക്കൂ. ഞങ്ങൾ ഉപദേശിക്കുന്ന പുണ്യമന്ത്രം ഏഴുദിവസം നിരന്തരം സാധനചെയ്താൽ ഭഗവദ്ദർശനം ലഭിക്കും.

അനന്തരം മൃതനായ ജീവനെ യോഗശക്തികൊണ്ട് ജീവിപ്പിച്ച നാരദൻ.'ഹേ ജീവ! നിന്റെ അഭാവത്തിൽ മാതാപിതാക്കന്മാർ അങ്ങേയറ്റം വ്യസനിക്കുകയാണ്. അതുകൊണ്ട് കുറേക്കാലം കൂടി ഈ ദേഹത്തിൽ നിന്നാലും' എന്ന നാരദന്റെ വാക്ക് കേട്ട് ജീവൻ ചോദിക്കുകയാണ്.

'ഇവർ ഏതു ജന്മത്തിലെ മാതാപിതാക്കന്മാരാണ്. അനേകം ജന്മങ്ങളിലായി ചുറ്റിത്തിരിയുന്ന ധുജ്ജീവന് ആരാണ് മാതാപിതാക്കളല്ലാത്തത്.!'

ഇതുകേട്ട് മാതാപിതാക്കന്മാർ ജീവിതത്തിന്റെ നിസ്സാരത മനസ്സിലാക്കി ശോകം വെടിഞ്ഞു.

അനന്തരം നാരദൻ ചിത്രകേതുവിന് മന്ത്രോപദേശം നൽകി അനുഗ്രഹിച്ചു. ബ്രഹ്മലോകം പ്രാപിച്ചു.

ചിത്രകേതു നാരദനാൽ ഉപദേശിക്കപ്പെട്ട മന്ത്രംകൊണ്ട് മഹാവിഷ്ണുവിനെ സംകർഷണരൂപത്തിൽ ഏഴുദിനങ്ങൾ ഉപവസിച്ചു. അങ്ങിനെ മഹാവിഷ്ണു അതിപ്രസന്നഭാവത്തിൽ പ്രത്യക്ഷപ്പെട്ട് അനുഗ്രഹിക്കുകയും ചെയ്തു. തൽഫലമായി ചിത്രകേതു പരമസിദ്ധനായിത്തീർന്നു. ഒരിക്കൽ ചിത്രകേതു ആകാശത്തിൽ സഞ്ചരിച്ചുകൊണ്ടിരിക്കവേ പരമശിവൻ പാർവ്വതീദേവിയെമടിയിൽ വെച്ച് ആലിംഗനം ചെയ്തുകൊണ്ട് ഋഷീശ്വരന്മാർക്ക് ആത്മതത്വം ഉപദേശിക്കുന്നതായി കണ്ടു. ഇതുകണ്ട ചിത്രകേതു പരിഹാസപൂർവ്വം ഇപ്രകാരം പരാമർശിക്കുകയുണ്ടായി. 'സാധാരണക്കാർപോലും സ്ത്രീയെ ഏകാന്തതയിൽ മാത്രമേ ലാളിക്കാറുള്ളൂ. ഈ തപസ്വി സ്ത്രീയെ മടിയിൽ വെച്ചുകൊണ്ട് ലജ്ജയില്ലാതെ ഉപദേശം നൽകുന്നു.'

ഇതുകേട്ട് പരമശിവൻ ഒന്ന് മന്ദഹസിക്കുക മാത്രം ചെയ്തു. എന്നാൽ ഇതുകേട്ട് പാർവ്വതീദേവി കോപത്തോടെ ഞങ്ങൾക്ക് ധർമ്മതത്വം ഉപദേശിക്കാൻ വന്ന അഹങ്കാരിയായ ഇവൻ ഭഗവത്

ഭക്തന്മാരുടെ ഇടയിൽ ഇരിക്കുവാൻ യോഗ്യനല്ല. അതുകൊണ്ട് ഇവൻ അസുരനായി ജനിക്കുവാൻ ഇടവരട്ടെ എന്ന് ശപിച്ചു.

ഇതുകേട്ട് സർവ്വരും സച്ചിദാനന്ദമയമായി കാണുന്ന ചിത്രകേതുവിന് പരിഭ്രമം ഉണ്ടായിട്ടില്ല. സന്തോഷപൂർവ്വം ചിത്രകേതു ആ ശാപത്തെ ശിരസാ വഹിച്ചു. അങ്ങിനെ ചിത്രകേതുവാണ് പിൽക്കാലത്ത് വൃത്രാസുരനായി ജനിച്ചത്.

ഗജേന്ദ്രമോക്ഷം

പണ്ട് ഇന്ദ്രദ്യുമ്നൻ എന്നുപേരായ പാണ്ഡ്യരാജാവുണ്ടായിരുന്നു. ആ മഹാഭാഗവതൻ മലയപർവ്വതത്തിൽ ഈശ്വരധ്യാനനിരതനായി ദിവസങ്ങൾ നയിച്ചു.

ഒരിക്കൽ അഗസ്ത്യമഹർഷി ശിഷ്യന്മാരോട് കൂടി അതുവഴി വന്നു. ഭഗവധ്യാനനിരതനായ ഇന്ദ്രദ്യുമ്നൻ അഗസ്ത്യമഹർഷി വന്നത് അറിഞ്ഞില്ല. അപ്പോൾ അഗസ്ത്യമുനി ആതിഥ്യമര്യാദ അനുഷ്ഠിക്കാത്ത നീ ഒരു ഗജമായിത്തീരട്ടെ എന്ന് ശപിച്ചു. അങ്ങിനെ അദ്ദേഹം ഒരു ഗജമായി തീർന്നു. ഭഗവദാരാധനയുടെ പ്രഭാവം നിമിത്തം ആനയായി ജനിച്ചിട്ടുപോലും ഈശ്വരസ്മരണ നിലനിന്നു. ഒരുത്തമ ഗജശ്രേഷ്ഠനായി തീരുകയും തന്റെ ശക്തിയാൽ സർവ്വരേയും അതിക്രമിച്ചു പോരുകയും ചെയ്തു. അങ്ങിനെ ആ ഗജേന്ദ്രൻ പിടിയാനകളോടുകൂടി ക്രീഡിച്ചുകൊണ്ട് അവിടെ കണ്ടതായ ഒരു ദിവ്യസരസ്സിൽ ഇറങ്ങി നിർമ്മലമായ ജലം പാനം ചെയ്തു. പിടിയാനകളെ തുമ്പിക്കൈയിൽ വെള്ളമെടുത്ത് കുളിപ്പിക്കുകയും കുടിപ്പിക്കുകയും ചെയ്തു.

'ഹൂഹൂ' എന്ന ഒരു ഗന്ധർവ്വൻ ദേവലമഹർഷിയുടെ ശാപത്താൽ മുതലയായി പ്രസ്തുത സരസ്സിൽ നിലകൊള്ളുന്നുണ്ടായിരുന്നു. ആ മുതല വന്ന് ഗജത്തിന്റെ കാലിൽ പിടികൂടി. വളരെ ശ്രമിച്ചിട്ടും പ്രസ്തുതഗജത്തിന് മുതലയുടെ പിടിയിൽനിന്ന് രക്ഷപ്പെടാൻ സാധിച്ചില്ല. ദീർഘനേരം ഘോരയുദ്ധം തുടർന്നു. ക്രമേണ ഗജശ്രേഷ്ഠന്റെ ശക്തി ക്ഷയിക്കുകയും മുതലയുടെ ശക്തി വർദ്ധിക്കുകയും ചെയ്തു. ഒടുവിൽ പൂർവ്വജന്മത്തിലെ ഭഗവത് ഉപാസനയുടെ ഫലമായി ആപൽബാന്ധവനായ മഹാവിഷ്ണുവിനെത്തന്നെ ശരണം പ്രാപിച്ചു.

സരസ്സിലുള്ള ഒരു താമര തുമ്പിക്കരം കൊണ്ടുയർത്തി വിഷ്ണുവിനെ ആരാധിച്ച് വിഷ്ണുസ്തോത്രമാലപിച്ചു. ഇതുകേട്ട് പ്രസന്നനായ ഭഗവാൻ ഗരുഡനാൽ വഹിക്കപ്പെട്ടുകൊണ്ട് ഗജേന്ദ്രസമീ

പമെത്തി. ഉടൻ തന്നെ മഹാവിഷ്ണു ചക്രംകൊണ്ട് മുതലക്ക് ക്ഷത മേൽപ്പിച്ച് ഗജേന്ദ്രനെ മോചിപ്പിച്ചു. ദേവലമഹർഷിയുടെ ശാപ ത്താൽ മുതലയുടെ ആകൃതിയിൽ വന്ന ഹൂഹു എന്ന ഗന്ധർവ്വൻ ശാപമോക്ഷം നേടി മഹാവിഷ്ണുവിനെ വന്ദിച്ച് ഗന്ധർവ്വലോകം പ്രാപിച്ചു. ഗജേന്ദ്രനാകട്ടെ അക്രമവാസനോനിർമുക്തനായി വിഷ്ണുസാരൂപ്യം പ്രാപിച്ചു.

നരസിംഹാവതാരകഥ

അസുരരാജാവായ ഹിരണ്യകശിപു അങ്ങേയറ്റം ക്രൂരനും പ്രതാപശാലിയുമായിരുന്നു. തന്നെ എതിർക്കാൻ ഒരാൾക്കും കഴിയരുത് എന്നുദ്ദേശിച്ച് ദീർഘകാലം ഹിരണ്യകശിപു ബ്രഹ്മാവിനെ തപസ്സു ചെയ്തുപോന്നു. ഇതുകണ്ട് ഭയചകിതരായ ദേവന്മാർ തങ്ങളുടെ സങ്കടാവസ്ഥ അറിയിച്ചുകൊണ്ട് ബ്രഹ്മാവിനെ ശരണം പ്രാപിച്ചു. ഹിരണ്യകശിപുവിന്റെ ഘോരതപസ്സിൽ സങ്കടം തോന്നിയ ബ്രഹ്മാവാകട്ടെ, അദ്ദേഹത്തിന്റെ അഭീഷ്ടമാരാഞ്ഞ് വരം നൽകാൻ സന്നദ്ധനാവുകയും ചെയ്തു. ഇഷ്ടവരം നൽകുന്നതിന്റെ മുന്നോടിയായി കമണ്ഡലുജലം വർഷിക്കുകയും ചെയ്തു. ഉടനെ തപസ്സിൽനിന്നുണർന്നെഴുന്നേറ്റ ഹിരണ്യകശിപു ബ്രഹ്മാവിനെ സ്തുതിച്ച ശേഷം സവിശേഷമാർന്ന വരമാണ് യാചിച്ചത്.

'അവിടത്തെ സൃഷ്ടികളിൽനിന്ന് എനിക്ക് മരണം സംഭവിക്കാതിരിക്കട്ടെ. അകത്തുനിന്നോ പുറത്തുനിന്നോ, പകലോ, രാത്രിയോ ഭൂമിയിൽനിന്നോ ആകാശത്തിൽനിന്നോ, മനുഷ്യരിൽനിന്നോ മൃഗങ്ങളിൽനിന്നോ ആയുധം വഴിയോ എനിക്ക് മരണം ഉണ്ടാകാതിരിക്കട്ടെ.'

ബ്രഹ്മാവ് ഈ വരങ്ങൾ നൽകി അപ്രത്യക്ഷനായി. ഹിരണ്യകശിപു വരബലത്താൽ അഹന്തയുള്ളവനായി ഈശ്വരവിശ്വാസികളെ ദ്രോഹിക്കുവാൻ തുടങ്ങി. ദേവന്മാരേയും ദ്വാരപാലകന്മാരേയും ജയിച്ചു. ദേവൻമാരാകട്ടെ ഒടുവിൽ നിസ്സഹായരായി മഹാവിഷ്ണുവിനെ ശരണം പ്രാപിച്ചു. മഹാവിഷ്ണു ധൈര്യമേകി അവരെ സമാശ്വസിപ്പിച്ചു.

ഹിരണ്യകശിപുവിനുണ്ടായ നാലുപുത്രന്മാരിൽ പ്രഹ്ലാദൻ ഏറ്റവും ഉത്കൃഷ്ടഗുണങ്ങളോടുകൂടിയവനായിരുന്നു. സത്ഗുണവാനായിരുന്നു. ആ കുട്ടി പരമഭാഗവതനുമായിരുന്നു. പ്രഹ്ലാദന്റെ ഈശ്വരഭക്തി പിതാവായ ഹിരണ്യകശിപുവിന് തീരെ രസിച്ചില്ല. അസുരഗുരുവായ ശുക്രമഹർഷിയുടെ പുത്രന്മാരായി ശണ്ഡാ

മാർക്കൻമാരെയാണ് പ്രഹ്ലാദനെ പഠിപ്പിക്കുവാനായി ഹിരണ്യകശിപു നിയോഗിച്ചിരുന്നത്. ഈശ്വരനെ നിന്ദിച്ചുകൊണ്ടുള്ള അവരുടെ വിദ്യാഭ്യാസരീതി പ്രഹ്ലാദൻ ഇഷ്ടപ്പെട്ടിരുന്നില്ല.

ഒരിക്കൽ ഗുരുഗൃഹത്തിൽനിന്ന് ഗൃഹത്തിലേക്ക് വന്ന പുത്രനെ പിതാവായ ഹിരണ്യകശിപു ലാളിച്ചുകൊണ്ടിരിക്കവേ പ്രഹ്ലാദന്റെ ഈശ്വരനിർഭരമായ വാക്കുകൾ കേട്ട് ഹിരണ്യകശിപുവിന്റെ മനസ്സിൽ പരിഹാസം തോന്നി. മാത്രമല്ല, തന്റെ പുത്രന്റെ ബുദ്ധിയെ ആരോ സ്വാധീനിച്ചിരിക്കുകയാണ് എന്ന് ചിന്തിച്ച് അവനെ വീണ്ടും ഗുരുകുലത്തിലേക്ക് അയച്ചു. അവിടെ ധർമ്മാർത്ഥകാമപ്രധാനമായ ശാസ്ത്രം അവനെ അധ്യയനം ചെയ്യിപ്പിച്ചു. കുറച്ചുദിവസം കഴിഞ്ഞ് അവർ പ്രഹ്ലാദനെ പിതാവിന്റെ സമീപത്ത് കൊണ്ടുപോന്നു. അപ്പോൾ പിതാവ് പുത്രനെയെടുത്ത് സ്നേഹപൂർവ്വം മടിയിലിരുത്തി. ഇപ്പോൾ അധ്യയനം ചെയ്തതിൽ നിനക്കേറ്റവും നല്ലതായി തോന്നുന്നത് പറയൂ എന്ന് ചോദിച്ചപ്പോൾ പ്രഹ്ലാദൻ പിതാവിനെ വന്ദിച്ചുകൊണ്ട് വിഷ്ണുവിലുള്ള പരമഭക്തി മാത്രമാണ് സർവ്വശ്രേഷ്ഠമെന്നാണ് ഞാൻ പഠിച്ചത്' എന്നതു കേട്ട് ക്രുദ്ധനായ ഹിരണ്യകശിപു നിനക്ക് ഈ ബുദ്ധി ആരിൽനിന്നാണ് കിട്ടിയതെന്ന് ചോദിച്ചു. അപ്പോൾ പ്രഹ്ലാദൻ വിനീതനായി ഉത്തരമേകി. 'ഗൃഹാദികാര്യങ്ങളിൽ അത്യാസക്തന്മാരായവർക്ക് ചിദാനന്ദമൂർത്തിയായ മഹാവിഷ്ണുവിൽ പ്രേമം ഉണ്ടാവുകയില്ല. ഏതുവരെ അനാസക്തരും വിഷ്ണുഭക്തരുമായ മഹാനുഭവന്മാരുടെ അനുഗ്രഹം ഒരാൾക്ക് ലഭിക്കുന്നില്ലയോ അതുവരെ സർവ്വേശ്വരനിൽ പ്രേമമങ്കുരിക്കുകയില്ല. ഇതുകേട്ട് സഹിക്കവയ്യാതെ ഹിരണ്യകശിപു പുത്രനെ മടിയിൽനിന്നും താഴെ തള്ളി ഏതുവിധത്തിലും സ്വപുത്രനെ വധിക്കാൻ വേണ്ടി കിങ്കരന്മാർക്ക് ആജ്ഞ നൽകി. അവരാകട്ടെ വിഷം നൽകിയും ഘോരസർപ്പങ്ങളെക്കൊണ്ട് കടിപ്പിച്ചും മറ്റും വധിക്കാൻ ശ്രമിച്ചു. എന്നാൽ മഹാവിഷ്ണുവിന്റെ അനുഗ്രഹത്താൽ അവരുടെ എല്ലാ പ്രയത്നങ്ങളും നിഷ്ഫലമായി തീർന്നു. അപ്പോൾ ഹിരണ്യകശിപു അത്യന്തം വിഷണ്ണനായിത്തീർന്നു. ഈ വേളയിൽ ഗുരുപുത്രന്മാർ ചേർന്ന് 'ഇവൻ ഇപ്പോൾ കുട്ടിയല്ലേ, ഇവന്റെ ഭക്തിഭാവം മാറുന്ന കാര്യത്തിൽ ഞങ്ങൾ ഇടപെട്ടുകൊള്ളാം' എന്ന് വാക്കു കൊടുത്ത് പ്രഹ്ലാദനെ കൂട്ടിക്കൊണ്ടുപോയി. പ്രഹ്ലാദനാകട്ടെ ഗുരുക്കന്മാരില്ലാത്തസമയം സഹപാഠിക

ളായ കുട്ടികളെയെല്ലാം അടുത്തുവിളിച്ച് വരുത്തും. അവരാകട്ടെ, കളിയെല്ലാം ഉപേക്ഷിച്ച് സ്നേഹപൂർവ്വം ഓടിവന്ന് ആ ഉത്തമഭാഗവതനായ പ്രഹ്ലാദന്റെ അടുത്തുവന്നിരുന്ന് അദ്ദേഹത്തിന്റെ ഉപദേശങ്ങൾ ശ്രദ്ധയോടെ കേൾക്കുക പതിവാക്കി. പ്രഹ്ലാദൻ തന്റെ സഹപാഠികളോട് പറയുകയാണ്,

മനുഷ്യൻ ആരോഗ്യം ക്ഷയിക്കുന്നതിനുമുമ്പേ ഭഗവൽപാദങ്ങളെ ആശ്രയിച്ച് നിത്യാനന്ദം നേടുന്നതിന് യത്നിക്കണം. വിവേകിയായ ഒരുവൻ ബാല്യത്തിൽതന്നെ കരുണാനിധിയായ സർവ്വേശ്വരന്റെ പാദങ്ങളിൽ ശരണം പ്രാപിക്കേണ്ടതാണ്. ഇതു പറയുന്നത് സ്വബുദ്ധികൊണ്ടല്ല. സാക്ഷാൽ മഹാവിഷ്ണു ഇത് നാരദനും അദ്ദേഹം സ്വകരുണയാൽ എനിക്കും ഉപദേശിച്ചതാണ്.

ഇതുകേട്ട് ആശ്ചര്യഭരിതരായി കുട്ടികൽ നമുക്ക് ശണ്ഡാർക്കന്മാരല്ലാതെ വേറെ ഗുരുക്കന്മാരില്ലല്ലോ. അന്തഃപുരത്തിലിരിക്കുന്ന അങ്ങയ്ക്ക് എങ്ങിനെയാണ് ശ്രീനാരദനിൽനിന്ന് ഈ ദിവ്യോപദേശം സിദ്ധിച്ചത്? എന്നിങ്ങനെയുള്ള കുട്ടികളുടെ ചോദ്യത്തിന് പ്രഹ്ലാദൻ പറഞ്ഞുകൊടുക്കുകയാണ്,

ഒരിക്കൽ പിതാവ് മന്ദരാചലപർവ്വതത്തിൽ തപസ്സു ചെയ്യാൻ പോയ അവസരം ദേവന്മാർ അസുരന്മാരുടെ നേരെ യുദ്ധത്തിന് വന്നു. യുദ്ധത്തിൽ അസുരന്മാർ പരാജയപ്പെട്ടു. അപ്പോൾ ഇന്ദ്രൻ എന്റെ മാതാവിനെ ബലാൽക്കാരേണ പിടിച്ചുകൊണ്ടുപോയപ്പോൾ നാരദമഹർഷി ഇടപെട്ടു.

ഇവളുടെ വയറ്റിൽ ഹിരണ്യകശിപുവിന്റെ ഒരു വൻ തേജസ്സുണ്ട്. പ്രസവാനന്തരം ആ പുത്രനെ വധിച്ച് ഇവളെ വിട്ടയക്കും.

അപ്പോൾ ശ്രീനാരദൻ മന്ദഹാസപൂർവ്വം ഇന്ദ്രനെ ബോധ്യപ്പെടുത്തുകയാണ്.

അങ്ങേയ്ക്കെന്നല്ലെ, ലോകത്തിൽ ഒരുവനും ഗർഭത്തിൽ സ്ഥിതിചെയ്യുന്ന ഹരിയുടെ ദാസനെ നശിപ്പിക്കാനാവില്ല.

ഇതുകേട്ട് ഇന്ദ്രൻ ബന്ധനത്തിൽപ്പെട്ട മാതാവിനെ വിടുകയും വേണ്ടവണ്ണം ആദരിക്കുകയും ചെയ്തു.

അനന്തരം ശ്രീനാരദൻ മാതാവിനെ സ്വന്തം ആശ്രമത്തിലേക്ക് എത്തിച്ചു. പിതാവായ ഹിരണ്യകശിപു തപസ്സു കഴിഞ്ഞ് വരുന്നതുവരെ മാതാവ് നാരദനെ ഭക്ത്യാദരപൂർവ്വം സേവിച്ചുകൊണ്ട് നാരദന്റെ ആശ്രമത്തിൽ കഴിഞ്ഞു. ആ കാലത്ത് നാരദർ ആത്മ

ജ്ഞാനവും ഭക്തിയുടെ മഹത്വവും മാതാവിനും മാതൃഗർഭത്തിലുള്ള എനിക്കും ഉപദേശിച്ചു. മാതാവിന് സ്വദൗർബല്യവശാൽ അതു മുഴുവൻ ഓർമ്മിക്കുവാൻ സാധിച്ചില്ല. എന്നാൽ മഹാവിഷ്ണുവിന്റെയും ശ്രീനാരദന്റെയും കാരുണ്യം നിമിത്തം എനിക്ക് പ്രസ്തുത ഉപദേശത്തിന്റെ സ്മൃതി നിലനിന്നു. അതുകൊണ്ട് അക്രമവാസനയെ നശിപ്പിക്കുവാൻ ഭഗവാനിലുള്ള ദിവ്യപ്രേമം ഒന്നു മാത്രമാണ് സുഗമോപായം.

സഹപാഠികളെല്ലാം പ്രഹ്ലാദോപദേശത്തെ ആദരവോടെ സ്വീകരിച്ചു. അവരെല്ലാം ഉത്തമഭക്തന്മാരായിത്തീർന്നു. ഇതറിഞ്ഞ ഹിരണ്യകശിപു അത്യന്തം കോപത്തോടെ തൊഴുതുനിൽക്കുന്ന പുത്രനെ നോക്കി മൂന്നു ലോകവാസികളും എന്നെ ഭയപ്പെട്ട് കിടുകിടെ വിറക്കുന്നു. അങ്ങിനെയുള്ള എന്റെ കല്പനയെപ്പോലും നീ അവഹേളിക്കുന്നു. ആരാണ് നിനക്ക് തുണയായിരിക്കുന്നത്?

അപ്പോൾ പ്രഹ്ലാദൻ സവിനയം ബോധിപ്പിച്ചു- പ്രിയപ്പെട്ട അച്ഛാ, എനിക്കു മാത്രമല്ല, അങ്ങുൾപ്പെടെ സർവ്വർക്കും ഭഗവാനല്ലാതെ മറ്റാരാണ് ബലം. അതുകൊണ്ട് അങ്ങ് ഈ അസുരഭാവം വെടിഞ്ഞ് ആ മഹാവിഷ്ണുവിനെത്തന്നെ ശരണം പ്രാപിച്ചാലും. ഇതുകേട്ട് ഹിരണ്യകശിപു കോപഭാവത്തിൽ 'എന്നിൽനിന്ന് അന്യമായി ഒരു ജഗദീശ്വരനുണ്ടെങ്കിൽ അതെവിടെയിരിക്കുന്നു. എല്ലാദിക്കിലുമുണ്ടെങ്കിൽ ഈ തൂണിൽ കാണില്ലേ? ഇപ്രകാരം പറയുന്ന നിന്റെ ശിരസ്സ് ഞാനിപ്പോൾത്തന്നെ ഛേദിക്കുന്നുണ്ട്. കഴിയുമെങ്കിൽ ആ വിഷ്ണു ഇവിടെ വന്ന് രക്ഷിക്കട്ടെ എന്ന് പറഞ്ഞു കോപാവിഷ്ഠനായി ഹിരണ്യകശിപു മുഷ്ടികൊണ്ട് ആ സ്തംഭത്തെ ഒന്നിടിച്ചു. പെട്ടെന്നാണ് അവിടെ ഒരു ഘോരശബ്ദം ഉണ്ടായത്. അത് സാക്ഷാൽ നരസിംഹരൂപാവതാരമായിരുന്നു. ആശ്ചര്യപ്പെട്ടു നിൽക്കുന്ന ഹിരണ്യകശിപുവിന്റെ മുന്നിൽ ഘോരാകൃതി പൂണ്ട് സ്തംഭത്തിൽനിന്ന് ചാടി. അപ്പോൾ ഹിരണ്യകശിപു ഗദയുമെടുത്ത് ഭഗവാന്റെ നേരെ ചാടി. വാളെടുത്ത് തന്റെ നേരെ വരുന്ന ഹിരണ്യകശിപുവിനെ നരസിംഹമൂർത്തി തന്റെ കൈകൊണ്ട് പിടിച്ചു തുടയിൽ കിടത്തി അവന്റെ വക്ഷസ്സ് നഖങ്ങളെക്കൊണ്ട് പിളർന്നു. ചോര കുടിച്ച് കുടൽമാല ചൂടി. ഘോരമായി അട്ടഹസിക്കുകയും ചെയ്തു. ദേവന്മാർ പുഷ്പവൃഷ്ടി പൊഴിച്ചു. ഘോരമായ നരസിംഹരൂപം കണ്ട് ബ്രഹ്മാദിദേവന്മാർ അത്യന്തം ഭീതിദ

രായി. സമീപിക്കുവാൻ ആർക്കും ധൈര്യമുണ്ടായില്ല.

ഒടുവിൽ ബ്രഹ്മാവ് പ്രഹ്ലാദനോട് പറഞ്ഞു.

'വത്സ, പ്രഹ്ലാദാ നിനക്കല്ലാതെ മറ്റാർക്കും ഇപ്പോൾ ഭഗവാന്റെ സമീപത്തേക്ക് പോകാനാവില്ല. വേഗം ചെന്ന് ഭഗവാനെ ശാന്തനാക്കൂ.'

പ്രഹ്ലാദനാകട്ടെ ഭയരഹിതനായി ഭഗവത്പാദങ്ങളിൽ സാഷ്ടാംഗം നമസ്ക്കരിച്ചു. നരസിംഹാവതാരം പൂണ്ട മഹാവിഷ്ണുവാകട്ടെ ആ ഭക്തവര്യനെ വാരിയെടുത്ത് തന്റെ കരംകൊണ്ട് ശിരസ്സിൽ വെച്ചനുഗ്രഹിച്ചു. അപ്പോൾ പ്രഹ്ലാദൻ ഭക്തിപൂർവ്വം വിഷ്ണുവിനെ സ്തുതിച്ചു. സന്തുഷ്ടനായ മഹാവിഷ്ണു ഒരു മന്വന്തര ക്കാലം അനാസക്തനായി സുഖഭോഗങ്ങൾ അനുഭവിച്ച് വസിക്കാനായി അനുഗ്രഹിച്ചു. തുടർന്ന് ഭഗവതാജ്ഞയാൽ പ്രഹ്ലാദൻ പിതാവിന്റെ ശേഷക്രിയകളെല്ലാം യഥാവിധി നിർവ്വഹിച്ചു.

പ്രസന്നനായി തീർന്ന നരസിംഹമൂർത്തിയായ ബ്രഹ്മാദികൾ സ്തോത്രങ്ങൾ കൊണ്ട് സ്തുതിച്ചു. ഇങ്ങിനെ ക്രൂരന്മാരായ അസുരന്മാർക്ക് ഈ വിധമുള്ള വരങ്ങൾ കൊടുത്താൽ അപകടമായിരിക്കുമെന്ന് ബ്രഹ്മാവിന് അനുശാസനം നൽകി. വിഷ്ണുവിന്റെ അവതാരമാർന്ന നരസിംഹം അന്തർധാനം ചെയ്തു.

അമൃതമഥനം

ഒരിക്കൽ ദുർവാസാവു മഹർഷി ദേവേന്ദ്രന് ഒരപൂർവ്വമായ മാല സമ്മാനിച്ചു. കൃത്യന്തരങ്ങൾക്കിടയിൽ ദേവേന്ദ്രൻ അതെടുത്ത് തന്റെ ആനയായ ഐരാവതത്തിന് നേർക്ക് ഇട്ടുകൊടുത്തു. ആന അത് ചവുട്ടിമെതിക്കുകയും ചെയ്തു. ഈ കാഴ്ച കാണാനിടയായ ദുർവാസാവു മഹർഷി ദേവന്മാരുടെ പതിയായ ദേവേന്ദ്രന് ഐശ്വര്യം നഷ്ടമാകട്ടെ എന്ന് ശപിച്ചു. അങ്ങിനെ ദേവേന്ദ്രനും ദേവന്മാരും ദുർബലരായി തീർന്നു. ഈ അവസരം നോക്കി അസുരന്മാർ ദേവന്മാരുമായി യുദ്ധത്തിനൊരുങ്ങി. അപ്പോൾ സർവ്വാന്തർയാമിയായ വിഷ്ണുഭഗവാൻ ഇപ്രകാരം അരുളിച്ചെയ്തു.

അല്ലയോ ദേവന്മാരെ! നിങ്ങൾ ഇപ്പോൾ അസുരന്മാരുമായി സന്ധി ചെയ്യണം. മന്ദരപർവ്വതത്തെ കടകോലാക്കിയും വാസുകിയെ കയറായും ഉപയോഗപ്പെടുത്തിയിട്ട് പാലാഴി കടയണം. അതിൽനിന്ന് ലഭിക്കുന്ന അമൃതം പാനം ചെയ്ത് ദൗർബല്യത്തെ മാറ്റിയാലും.

ഇത്രയും പറഞ്ഞ് മഹാവിഷ്ണു അന്തർധാനം ചെയ്തു. ഇതിനുശേഷം ദേവാസുരന്മാർ തമ്മിൽ സന്ധി ചെയ്തു. അവർ മന്ദരപർവ്വതത്തെ പുഴക്കി, ക്ഷീരസമുദ്രത്തിലേക്ക് നയിക്കുവാൻ തുടങ്ങി. പക്ഷെ, പെട്ടെന്ന് അവർക്ക് ക്ഷീണം അനുഭവപ്പെട്ടു. ഉടൻ ഭഗവാൻ മഹാവിഷ്ണു അവിടെ ആവിർഭവിച്ച് സ്വകരം കൊണ്ട് മന്ദരപർവ്വതം ലീലയാ എടുത്ത് ഗരുഡന്റെ പുറത്ത് വെക്കുകയും ക്ഷീരസമുദ്രത്തിൽ എത്തിക്കുകയും ചെയ്തു. മഹാവിഷ്ണു വാസുകിയുടെ മുഖത്തു പിടിച്ചു. ദേവന്മാരരെല്ലാം അതേഭാഗത്ത് കൂടിച്ചേർന്നു. അപ്പോൾ അസുരന്മാരാകട്ടെ സർപ്പത്തിന്റെ അമംഗളകരമായ വാലുപിടിക്കാൻ തയ്യാറായില്ല. അപ്പോൾ മഹാവിഷ്ണുവിന്റെ അഭിപ്രായപ്രകാരം അസുരന്മാർ മുഖവും ദേവന്മാർ വാലും പിടിച്ച് മഥനം ചെയ്യുവാൻ തുടങ്ങി. അല്പം കഴിഞ്ഞപ്പോൾ മന്ദര പർവ്വതം വെള്ളത്തിൽ മുങ്ങിപ്പോയി. ഇതുകണ്ട് ദേവന്മാരും അസുരന്മാരും

വിഷണ്ണരായി തീർന്നിരിക്കവേ, മഹാവിഷ്ണു ഉടൻ കൂർമ്മരൂപ മെടുത്ത് തന്റെ പൃഷ്ഠഭാഗം കൊണ്ട് മന്ദരപർവ്വതത്തെ ഉയർത്തി. അങ്ങിനെ മഥനം തുടങ്ങി. വളരെ നേരം മഥനം ചെയ്തിട്ടും അമൃത് ലഭിച്ചില്ല. അങ്ങിനെയിരിക്കെ മഹാവിഷ്ണു സ്വയം തന്റെ തൃക്കൈ കൊണ്ട് മഥനം ചെയ്യുവാൻ തുടങ്ങി. അപ്പോൾ ആദ്യം ഭയാനക മായ കാളകൂടം ഉണ്ടായി. ഉഗ്രവേഗനായ ആ മാരകവിഷം സർവ്വത്ര വ്യാപിക്കാൻ പോകുന്നതു കണ്ട് ദേവന്മാരും അസുരന്മാരും ഭയന്ന് ശ്രീപരമേശ്വരനെ ശരണം പ്രാപിച്ച് പരമശിവൻ കൃപാപരവശനായി ആ വിഷം പാനം ചെയ്തു. അങ്ങിനെ പരമശിവൻ നീലകണ്ഠൻ എന്ന പേരിൽ പ്രസിദ്ധനായി. മഥനം പിന്നെയും തുടർന്നപ്പോൾ അതിൽനിന്ന് കാമധേനു, ഉച്ചൈശ്രവസ്സ്, ഐരാവതം, കൗസ്തുഭ രത്നം, പാരിജാതം, അപ്സരസ്സുകൾ ഇവയെല്ലാം ഉണ്ടായി. അന ന്തരം സാക്ഷാൽ മഹാലക്ഷ്മി അതിമോഹനരൂപത്തിലാവിർഭവി ച്ചു. തുടർന്ന് ദേവി സർവ്വാഭരണവിഭൂഷിതയായി വൈജയന്തിമാല കയ്യിലെടുത്ത് ചുറ്റുംനോക്കി. തന്നെ ആഗ്രഹിക്കുന്നവരെ ദേവി ആഗ്രഹിച്ചില്ല. ആത്മാനന്ദത്തിൽ മുഴുകിയ മഹാവിഷ്ണുവിനെ കണ്ട് ആ വരണമാല്യം സമർപ്പിച്ചു. മഹാവിഷ്ണു തന്നെ ആശ്ര യിച്ച ലക്ഷ്മീദേവിക്ക് തന്റെ വക്ഷസ്സ് സ്ഥാനമേകി. അതിനുശേഷ മാണ് വാരുണി ഉയർന്നുവന്നത്. അവളെ അസുരന്മാർ സ്വീകരി ച്ചു. അപ്പോഴാണ് കൃപാപരവശനായ മഹാവിഷ്ണു ധന്വന്തരീരൂപ ത്തിൽ കരത്തിൽ അമൃതകലശവുമായി ആവിർഭവിച്ചത്. അപ്പോൾ അസുരന്മാർ അത്യന്തം ലോഭത്തോടെ ബലം പ്രയോഗിച്ച് അമൃത കലശം അപഹരിച്ചുകൊണ്ടുപോയി. ഇതുകണ്ട് ദേവന്മാർ ദുഃഖി ച്ചുകൊണ്ടിരിക്കവേ അതിന് മാർഗ്ഗമുണ്ടാക്കാം എന്ന് ആശ്വസിപ്പി ച്ചു. അപ്പോൾ ഈ അമൃത് ആരാണ് ആദ്യമായി കഴിക്കേണ്ടത് എന്ന കാര്യത്തിൽ അസുരന്മാർ തമ്മിൽ കലഹമുളവായി. അപ്പോൾ മഹാവിഷ്ണു ഒരു സത്രീവേഷം ധരിച്ച് സർവ്വരേയും മോഹിപ്പി ക്കുന്ന മോഹിനീരൂപത്തിൽ അസുരന്മാരെ മോഹിപ്പിച്ചുകൊണ്ട് അവരുടെ സമീപത്തിൽ എത്തി. പരസ്പരം കലഹിച്ചുകൊണ്ടിരി ക്കുന്ന അസുരന്മാർ മോഹിനീരൂപം കണ്ട് കാമപരവശരായി ത്തീർന്നു. അവർ കാമപരവശരായി അമൃത് ഭാഗിക്കാനായി അവളെ ഏല്പിച്ചു. മോഹിനീരൂപത്തിൽ നിലകൊണ്ട മഹാവിഷ്ണു ദേവ ന്മാരേയും അസുരന്മാരേയും രണ്ടുവരിയിലാക്കി ഇരുത്തി. അമൃത്

ദേവന്മാർക്കു മാത്രം കൊടുത്തു. സ്വർഭാനുമാത്രം ദേവവേഷമെടുത്ത് സൂര്യചന്ദ്രന്മാരുടെ മധ്യത്തിൽ ഇരുന്ന് അമൃത് പാനം ചെയ്തു. ഉടനെ മഹാവിഷ്ണു സുദർശനംകൊണ്ട് അവന്റെ ശിരസ്സ് മുറിച്ചു. അതിൽ അമൃതേറ്റതിനാൽ ശിരസ്സ് അമരത്വത്തെ പ്രാപിച്ചു. അതിനുശേഷം മോഹിനീരൂപത്തെ ഉപേക്ഷിച്ച് സ്വന്തം രൂപം പ്രകടമാക്കുകയും ചെയ്തു.

മഹാവിഷ്ണുവിന്റെ മോഹിനി അവതാരമാഹാത്മ്യം അറിഞ്ഞ പരമശിവൻ ആ രൂപമൊന്ന് കാണാനുള്ള കൗതുകം മഹാവിഷ്ണുവിനെ അറിയിച്ചു. ഇതിന് സമ്മതിച്ച മഹാവിഷ്ണു ഉടൻ അവിടെ നിന്ന് അപ്രത്യക്ഷനായി. ശിവൻ നാലുഭാഗത്തും നോക്കി നിൽക്കവേ അവിടെ ഒരു ദിവ്യോദ്യാനം കാണപ്പെട്ടു. അവിടെ പന്തടിച്ചുകളിച്ചുകൊണ്ടിരിക്കുന്ന ഒരപൂർവ്വസുന്ദരിയെ കണ്ടു. ഇതുകണ്ട് കാമാന്തകനായ ശിവൻ കാമപരവശനായിതീർന്നു. ശിവൻ മോഹിനിയെ അനുഗമിച്ചു. അവളെ സമാലിംഗനം ചെയ്തു. പിന്നീട് ബോധമുദിച്ചപ്പോഴാണ് താൻ മോഹിനീരൂപം പൂണ്ട മഹാവിഷ്ണുവിനാൽ വശീകരിക്കപ്പെട്ടു എന്ന് അത്ഭുതപ്പെട്ടത്. വിഷ്ണുമായയുടെ അജയ്യതയെപ്പറ്റി ശിവൻ പാർവ്വതിയോടും ഋഷീശ്വരന്മാരോടും പറഞ്ഞു.

വാമനാവതാരം

പുത്രന്മാരായ ദേവന്മാർക്ക് പലപ്പോഴും അസുരന്മാരിൽനിന്ന് പീഢനം അനുഭവിക്കേണ്ടിവരുന്നതിൽ മാതാവായ അദിതി അങ്ങേയറ്റം വ്യസനം അനുഭവിച്ചുപോന്നു. ദുഃഖിതയായ അവളെക്കണ്ട് അവളുടെ വിഷമത്തിന് കാരണമാരാഞ്ഞു. എന്റെ പുത്രന്മാർ അസുരന്മാരാൽ പീഡിപ്പിക്കപ്പെട്ട് അവരുടെ ഐശ്വര്യമെല്ലാം വിനഷ്ടമായി തീർന്നു എന്നും അവരുടെ നന്മയ്ക്കായി കരുണയുണ്ടായാലും എന്നും അഭ്യർത്ഥിച്ചു. അപ്പോൾ കശ്യപൻ ഇതിന് പ്രതിവിധിയായി പയോവ്രതം കൊണ്ട് വിഷ്ണുവിനെ ആരാധിച്ചാൽ സർവ്വ അഭീഷ്ടങ്ങളും സിദ്ധിക്കുമെന്ന് അറിയിച്ചു. ഫാൽഗുനമാസത്തിൽ വെളുത്ത പക്ഷത്തിൽ പന്ത്രണ്ടുദിവസം പയോവ്രതമനുഷ്ഠിച്ചുകൊണ്ട് മഹാവിഷ്ണുവിനെ ആരാധിക്കണം. പാലുകൊണ്ടഭിഷേകം ചെയ്ത് ഗന്ധപുഷ്പാദികളെക്കൊണ്ട് വിഷ്ണുവിനെ ആരാധിക്കണം. ഗുരുവിനേയും ഋത്വിക്കുകളേയും ദക്ഷിണകൊണ്ട് പ്രീതിപ്പെടുത്തി ശ്രീകൃഷ്ണഭഗവാനെ ആരാധിക്കണം. മാത്രമല്ല ചണ്ഡാളന്മാരടക്കം എല്ലാവരേയും ഭക്തിയോടെ ഊട്ടണം.

അദിതി ഭർത്താവായ കശ്യപന്റെ ശാസനത്തെ ശിരസാ വഹിച്ച് പയോവ്രതം ശ്രദ്ധാപൂർവ്വം അനുഷ്ഠിച്ചുപോന്നു. മനസ്സിനെ മഹാവിഷ്ണുവിൽത്തന്നെ ഏകാഗ്രമാക്കി ധ്യാനിച്ചുകൊണ്ടിരിക്കുന്ന അവളുടെ മുമ്പിൽ മഹാവിഷ്ണു പ്രത്യക്ഷപ്പെട്ടു. അവളുടെ ഭക്തിയിൽ സന്തോഷിച്ച് താൻ തന്നെ അവളിൽ പുത്രനായി അവതരിച്ച് അവളുടെ അഭീഷ്ടം പൂർത്തീകരിച്ചുകൊടുക്കാമെന്ന് വാഗ്ദാനം ചെയ്തു. മഹാവിഷ്ണു അവിടെനിന്നും അപ്രത്യക്ഷനായി. ക്രമേണ മഹാവിഷ്ണുവിന്റെ ദിവ്യതേജസ്സ് കശ്യപനിലും പിന്നീട് അദിതിയിലും പ്രവേശിച്ചു. അങ്ങിനെ മഹാവിഷ്ണു ചതുർഭുജനായി അദിതിയിൽ വന്നണഞ്ഞു. അപ്പോൾ അദിതിയും കശ്യപപ്രജാപതിയും അങ്ങേയറ്റം സന്തുഷ്ടരായിത്തീർന്നു. എല്ലാവരും നോക്കിനിൽക്കേ മഹാവിഷ്ണു ഒരു ബ്രാഹ്മണവേഷം സ്വീകരി

ച്ചു. സൂര്യദേവൻ ഗായത്രി ഉപദേശിച്ചു. ബൃഹസ്പതി പൂണൂലും കശ്യപൻ മേഖലയും കൊടുത്തു. കൃഷ്ണാജിതം ഭൂമിയും സോമൻ അമ്പും മാതാവ് കൗപീനവും ബ്രഹ്മാവ് കമണ്ഡലുവും സപ്തർഷികൾ ദർഭപ്പുല്ലും സരസ്വതി ജപമാലയും കുബേരൻ ഭിക്ഷാപാത്രവും പാർവ്വതീദേവി ഭിക്ഷയും കൊടുത്തു. അഗ്നി കൃത്യങ്ങളെല്ലാം നിർവ്വഹിച്ചശേഷം ബ്രഹചാരീവേഷത്തിൽ വന്നണഞ്ഞ മഹാവിഷ്ണു നർമ്മദാതീരത്തിലേക്ക് ചെന്നു.

നർമ്മദാതീരത്ത് യാഗമനുഷ്ഠിച്ചുകൊണ്ടിരിക്കവേ മഹാബലിയോടൊപ്പം നിലകൊള്ളുന്ന ശുക്രാചാര്യർ തുടങ്ങിയ മഹർഷിമാർ തേജോമയനായ ബ്രഹ്മചാരിയായ ബാലൻ വരുന്നതു കണ്ടു. എല്ലാവരും ആശ്ചര്യഭരിതരായി നോക്കിനിൽക്കെ ബാലരൂപത്തിൽ നിലകൊള്ളുന്ന മഹാവിഷ്ണു യജ്ഞമണ്ഡപത്തിലേക്ക് ചെന്നു. മഹാബലി സന്തുഷ്ടനായി അദ്ദേഹത്തിന് സിംഹാസനം കൊടുത്ത് ഇരുത്തി. പാദങ്ങൾ കഴുകി പൂജിച്ചു. തുടർന്ന് മഹാബലി അദ്ദേഹത്തോട് പറയുകയാണ്.

'അവിടത്തെ പോലുള്ള ഒരു ദിവ്യാതിഥിയെ കിട്ടിയതുകൊണ്ട് ഞങ്ങളുടെ കുലം സംശുദ്ധമായിത്തീർന്നു. എന്താണ് വേണ്ടത് എന്ന് അരുളിച്ചെയ്താലും. എന്താഗ്രഹമുണ്ടെങ്കിലും സാധിപ്പിച്ചു തരാൻ തയ്യാറാണ്.'

ഇതുകേട്ട് ബ്രഹ്മചാരിയായ എനിക്ക് എന്റെ കാലുകൊണ്ടളക്കപ്പെട്ട മൂന്നടി മണ്ണിൽ കവിഞ്ഞ് ഒന്നും ആവശ്യമില്ല എന്ന് ബ്രഹ്മചാരി അറിയിച്ചു. വാമനാവതാരമായി നിലകൊള്ളുന്ന ബ്രഹ്മചാരിക്ക് മൂന്നടി ഭൂമി നൽകാൻ മഹാബലി ജലപാത്രമെടുത്തപ്പോൾ ഭൃഗുമഹർഷി ഈ ഉദ്യമത്തെ തടഞ്ഞുകൊണ്ട് 'ഈ വന്നിരിക്കുന്നത് സാക്ഷാൽ വിഷ്ണുഭഗവാനാണ്. മൂന്നടി മണ്ണുകൊടുത്താൽ ആ മൂന്നടികൊണ്ട് സർവ്വസ്വവും അപഹരിക്കും. രണ്ടടികൊണ്ട് ബ്രഹ്മാണ്ഡമെല്ലാം അളന്നവസാനിപ്പിച്ച് മൂന്നാമത്തടിക്ക് സ്ഥാനമില്ലാതായിത്തീരും. അതുകൊണ്ട് ഈ ദാനം ഉടനെ വേണ്ടെന്ന് വെക്കുക. ആദ്യം തരാമെന്ന് പറഞ്ഞ് പിന്നീട് വാക്കുമാറ്റുന്നതിൽ പരിഭ്രമിക്കേണ്ടതില്ല. കാരണം പ്രാണസങ്കടം വരുമ്പോൾ വാഗ്ദാനലംഘനം കുറ്റകരമാവില്ല.

അപ്പോൾ മഹാബലി പറയുകയാണ്, സാധാരണ ഗൃഹസ്ഥന്മാരെ ഉദ്ദേശിച്ച് പറഞ്ഞത് ശരിയാവാം. പക്ഷെ, മഹാഭാഗവത

നായ പ്രഹ്ലാദന്റെ കുലത്തിൽ ജനിച്ച എന്നെ സംബന്ധിച്ചിടത്തോളം ഈ വാഗ്ദാനലംഘനം ഉചിതമാവുകയില്ല.

അപ്പോൾ തന്റെ ഉപദേശം സ്വീകരിക്കാത്ത ശിഷ്യനെ, 'നീ സർവ്വൈശ്വര്യങ്ങളിൽനിന്നും ഉടൻ ഭ്രഷ്ടനായിത്തീരുമെന്ന്' ശുക്രാചാര്യർ ശപിക്കുകയും ചെയ്തു. എന്നിട്ടും ആ പ്രഹ്ലാദപൗത്രൻ തന്റെ നന്മയിൽ ഉറച്ചുനിന്നു. ഉടനെ പതിവ്രതാരത്നമായ വിരണ്യാവലി സ്വർണ്ണപാത്രത്തിൽ ജലം കൊണ്ടുവന്നു. മഹാബലി ആ തീർത്ഥംകൊണ്ട് വിഷ്ണുപാദങ്ങളെ ഭക്തിപൂർവ്വം കഴുകിച്ചു. പ്രേമാദരങ്ങളോടെ മൂന്നടി മണ്ണ് ദാനം ചെയ്തു. ഉടൻ വാമനന്റെ രൂപം വർദ്ധിക്കാൻ തുടങ്ങി. മൂന്നുലോകങ്ങളിലും അത് വ്യാപിച്ചു. രണ്ടടികൊണ്ടുതന്നെ എല്ലാം അളന്നുതീർന്നു. മൂന്നാമത്തെ പാദത്തിന് സ്ഥാനമില്ലാതായി. അത് ഉയർന്ന് ബ്രഹ്മലോകത്തിലെത്തി. ബ്രഹ്മാവ്, മരീചി മുതലായ മഹർഷിമാരും സനകൻ തുടങ്ങിയ സിദ്ധന്മാരും വിഷ്ണുപാദത്തെ വന്ദിച്ചാശിർവദിച്ചു. ബ്രഹ്മാവ് തന്റെ കമണ്ഡലുജലം കൊണ്ട് വിഷ്ണുപാദത്തെ കഴുകിച്ചു. ആ പുണ്യതീർത്ഥമാണ് ആകാശഗംഗ എന്ന പേരിൽ വിഖ്യാതമായിത്തീർന്നത്. സർവ്വരും മഹാവിഷ്ണുവിനെ വന്ദിച്ചു.

അസുരന്മാർ ഇതുകണ്ട് മഹാവിഷ്ണുവിനോട് യുദ്ധത്തിന് പുറപ്പെട്ടു.

വിഷ്ണുപാർഷദന്മാർ അവരെയെല്ലാം ഓടിച്ചു.

പ്രഹ്ലാദപൗത്രനായ മഹാബലിയുടെ മഹിമ ഒന്നുകൂടി വ്യക്തമാക്കുവാൻ ഒരു പരീക്ഷകൂടി നടത്തുവാൻ തീരുമാനിച്ചു. ഉടൻ മഹാവിഷ്ണുവിന്റെ സങ്കല്പമറിഞ്ഞ ഗരുഡൻ വരുണപാശത്താൽ മഹാബലിയെ ബന്ധിച്ചു.

മഹാബലി മഹാവിഷ്ണുവിനോട് ചോദിച്ചു.

'രണ്ടടികൊണ്ട് അങ്ങയുടെ സർവ്വസ്വവും ഞാൻ അളന്നുകഴിഞ്ഞു. മൂന്നാമത്തെ അടിവെക്കാൻ സ്ഥലമെവിടെ? പ്രതിജ്ഞചെയ്തത് തരാതിരുന്നാൽ ഘോരനരകം തന്നെയാവും ഫലം.

അപ്പോൾ, ആ മൂന്നാമത്തെ അടിക്കായി അങ്ങയുടെ പാദപത്മം എന്റെ ശിരസ്സിൽ വെച്ചാലും, മാത്രമല്ല, അവിടത്തെ പരമഭക്തനായ പ്രഹ്ലാദന്റെ കുലത്തിൽ ജനിച്ചതുകൊണ്ടാണ് എന്റെ ശിരസ്സിൽ ആ പാദം ഏൽക്കാനുള്ള മഹാഭാഗ്യം സിദ്ധിച്ചത് എന്ന് മഹാബലി മറുപടി നൽകി.

ഇപ്രകാരം പറഞ്ഞുകൊണ്ടിരിക്കെ, മഹാഭാഗവതനായ പ്രഹ്ലാദൻ അവിടെ വന്നണഞ്ഞു. പിതാക്കന്മാരെ കണ്ട് മഹാബലി വന്ദിച്ചു. വരുണപാശത്താൽ ബന്ധിതനായ ഭർത്താവിനെ കണ്ട് ധർമ്മപത്നിയായ വിന്ധ്യാവലി അജ്ഞന്മാരായ ഞങ്ങളിൽ കരുണചെയ്യേണമേ എന്ന് അഭ്യർത്ഥിച്ചു.

അപ്പോൾ മഹാവിഷ്ണു ഇപ്രകാരം അരുളിച്ചെയ്തു. 'അഹങ്കാരം സർവ്വാനർത്ഥഹേതുവാണ്. എന്റെ ഭക്തന്മാരിൽ സ്ഥിരമായി നിൽക്കാൻ ഞാൻ അനുവദിക്കില്ല. ഹേ ഭാഗവതോത്തമാ, അങ്ങ് എന്റെ മായയെ സമ്പൂർണ്ണമായി ജയിച്ചിരിക്കുന്നു. ഞാൻ അങ്ങയെ പരീക്ഷിച്ചതിൽ വിജയിച്ചിരിക്കുന്നു. അങ്ങ് സുതലത്തിലെത്തി വളരെക്കാലം ദിവ്യഭോഗങ്ങൾ അനുഭവിക്കൂ. ഞാൻ എല്ലായ്പ്പോഴും ദർശനം നൽകി അനുഗ്രഹിച്ചുകൊണ്ടിരിക്കും.'

തുടർന്ന് മഹാബലി തുടങ്ങിയവർ മഹാവിഷ്ണുവിന്റെ ആജ്ഞയെ മാനിച്ച് സുതലം പ്രാപിച്ചു. ബ്രഹ്മാവ് തുടങ്ങിയ ദേവന്മാർ വാമനമൂർത്തിയെ ലോകപതിയാക്കി.

മത്സ്യാവതാരം

ചെറിയരൂപത്തെ ബൃഹത്രൂപമാക്കി മാറ്റിയ മഹത്തായ ഒരവതാരമാണ് മത്സ്യാവതാരം.

സത്യവ്രതൻ എന്ന ഒരു രാജർഷി വിഷ്ണുവിന്റെ പരമഭക്തനായിരുന്നു. അദ്ദേഹം കൃതമാല എന്ന നദിയിൽ തർപ്പണം നടത്തിക്കൊണ്ടിരിക്കവേ തന്റെ കൈക്കുമ്പിളിൽ ശേഖരിച്ച ജലത്തിൽ ചെറിയ ഒരു മത്സ്യക്കുഞ്ഞിനെ കണ്ടു. അതിനെ നദിയിൽത്തന്നെ വിട്ടപ്പോൾ മറ്റു മത്സ്യങ്ങളെ ഭയന്ന് എന്നെ ഇവിടെ ഉപേക്ഷിക്കല്ലേ എന്ന് വിലപിച്ചു. ഇതുകേട്ട് കനിവാർന്ന രാജാവ് അതിനെ തന്റെ കമണ്ഡലുവിൽ ഇട്ടു. കുറച്ചുകഴിഞ്ഞപ്പോൾ അത് കമണ്ഡലുവിൽ കൊള്ളാതായി. കുറെക്കൂടി വിസ്തൃതമായ ഒരു പാത്രത്തിൽ വെള്ളം നിറച്ച് മത്സ്യത്തെ അതിൽ ഇട്ടു. അതിലും നിറഞ്ഞപ്പോൾ ഒരു തടാകത്തിൽ ഇട്ടുനോക്കി. അതിലും കൊള്ളാതെ വന്നപ്പോൾ സമുദ്രജലത്തിൽ നിക്ഷേപിച്ചു. അപ്പോൾ ഇത് മഹാവിഷ്ണുവാണെന്ന ബോധം സത്യവ്രതനിൽ ഉളവായി. അദ്ദേഹം ഭക്തിപൂർവ്വം ഈ രൂപത്തെ നമസ്കരിച്ചപ്പോൾ മഹാവിഷ്ണു അദ്ദേഹത്തോട് ഇപ്രകാരം അരുളിച്ചെയ്തു.

'ഏഴാംനാൾ ഈ ത്രൈലോക്യമാസകലം പ്രളയസമുദ്രത്തിൽ മുങ്ങും. എന്റെ പ്രേരണനിമിത്തം ആ വേളയിൽ ഒരു തോണി അങ്ങയുടെ സമീപത്തേക്ക് വരും. സർവ്വൗഷധികളേയുമെടുത്ത് അങ്ങ് സപ്തർഷികളോടൊപ്പം അതിൽ കയറിക്കൊള്ളുക. പ്രളയസമുദ്രത്തിൽ കിടന്ന് ഇളകിമറയുന്ന അതിനെ എന്റെ കൊമ്പിൽ കെട്ടിക്കൊള്ളുക. ഞാൻ നിങ്ങളെ എല്ലാവരേയും വഹിച്ച് പ്രളയാവസാനം വരെ സഞ്ചരിക്കാം. അപ്പോൾ എന്റെ ചിദാനന്ദസ്വരൂപത്തെപ്പറ്റി ഉപദേശിക്കുകയും ചെയ്യാം.'

ഇത്രയും പറഞ്ഞതിനുശേഷം മഹാവിഷ്ണു അന്തർധാനം ചെയ്തു. പറഞ്ഞതുപോലെ ത്രൈലോക്യം പ്രളയസമുദ്രത്തിൽ മുങ്ങി. ഈശ്വരകല്പനയെ ശിരസാവഹിച്ച് സത്യവ്രതൻ ആ

തോണിയിൽ സപ്തർഷികളോടുകൂടി ഇരുന്നു. പെട്ടെന്ന് മഹാവിഷ്ണു സ്വർണ്ണവർണ്ണമായ ഒരു മത്സ്യമായി വരികയും ആ മത്സ്യമൂർത്തിയുടെ കൊമ്പിൽ തോണി ബന്ധിക്കപ്പെട്ടു. മഹാവിഷ്ണു അവരേയും വഹിച്ചുകൊണ്ട് പ്രളയസമുദ്രത്തിൽ വിഹരിക്കുകയും അവർക്ക് ആത്മതത്വം ഉപദേശിക്കുകയും ചെയ്തു. പ്രളയാവസാനത്തിൽ ഹയഗ്രീവാസുരനെ നിഗ്രഹിച്ച് വേദങ്ങളെ സമുദ്ധരിച്ചു.

അംബരീഷചരിതം

വൈവസ്വതവംശത്തിലെ പ്രഖ്യാതനായ രാജാവായിരുന്നു അംബരീഷൻ. അദ്ദേഹം വലിയ ഒരു രാജ്യത്തിന്റെ അധിപനായിരുന്നു. എങ്കിൽപ്പോലും ഒന്നിലും ആസക്തനാകാതെ അദ്ദേഹം ഈശ്വരാരാധനയിൽ മുഴുകിപ്പോന്നു.

മഹാവിഷ്ണു തന്നിൽ ആത്മാർപ്പണം ചെയ്തുപോന്ന അംബരീഷന്റെ സർവ്വസുരക്ഷയും സ്വയം തന്നെ ഏറ്റുനടത്തി. പരമഭാഗവതനായ അദ്ദേഹത്തിന്റെ രക്ഷക്കായി സുദർശനത്തെ ഭാരമേൽപ്പിച്ചുപോന്നു.

ഒരിക്കൽ അദ്ദേഹം തന്റെ ധർമ്മപത്നിയോടുകൂടി ഒരുവർഷം ദ്വാദശീ വ്രതമനുഷ്ഠിച്ചു. വ്രതാവസാനത്തിൽ മൂന്നുദിവസം ഉപവസിക്കുകയും മധുവനത്തിൽവെച്ച് മഹാവിഷ്ണുവിനെ ആരാധിക്കുകയും ചെയ്തു. ഈശ്വരാർപ്പണമായി അനേകം പുണ്യദാനങ്ങൾ ചെയ്തു. വ്രതാവസാനം നടത്താറുള്ള ഭക്ഷണകർമ്മം (ഇതിന് പാരണ എന്നു പറയും) തുടങ്ങുമ്പോഴാണ് ദുർവ്വാസാവ് മഹർഷി അവിടെ വരുന്നത്. മഹർഷിയായ അതിഥിയെ കണ്ട് ആനന്ദഭരിതനായ അംബരീഷൻ അദ്ദേഹത്തെ ഭക്തിപൂർവ്വം ആരാധിച്ച് ഭക്ഷണത്തിന് ക്ഷണിച്ചു. ഋഷിയാകട്ടെ കാളിന്ദിയിൽ ചെന്ന് സ്നാനം ചെയ്യുവാനായി പോയി. സമയം വൈകിയിട്ടും അദ്ദേഹം വരുന്നില്ല. പാരണക്കുള്ള സമയം അതിക്രമിച്ചുതുടങ്ങി. വിഷണ്ണനായ രാജാവ് അവസാനം തീർത്ഥംകൊണ്ട് പാരണ കഴിച്ചു. താപപ്രഭാവത്താൽ ഇതറിഞ്ഞ് ദുർവ്വാസാവ് കോപം മുഴുത്ത് ജട പറിച്ച് നിലത്തടിച്ചപ്പോൾ അതിൽനിന്ന് ഘോരമായ പിശാചിനെ പോലുള്ള കൃതിക ഉത്ഭവിച്ചു. സഞ്ചരിക്കുന്ന മാർഗ്ഗമെല്ലാം ദഹിപ്പിച്ചുകൊണ്ട് അത് രാജാവിന്റെ നേർക്ക് ഓടി. വിഷ്ണുഭഗവാനിൽ ആത്മസമർപ്പണം ചെയ്ത അംബരീഷനിൽ ഒട്ടും ഭയപ്പാടുണ്ടായില്ല. ഉടൻ മഹാവിഷ്ണുവിന്റെ സുദർശനചക്രം ഭക്തനായ അംബരീഷന്റെ രക്ഷക്കായി ആവിർഭവിച്ചു. അത് ക്ഷണത്തിൽ കൃതികയെ നശി

പ്പിച്ച് ദുർവ്വാസാവിന്റെ നേരെ ഓടാൻ തുടങ്ങി. ഇതുകണ്ട് ഭയന്ന് ദുർവ്വാസാവ് ദിക്കുകളിലെല്ലാം ഓടാൻ തുടങ്ങി. ബ്രഹ്മാവിനെയും പരമശിവനെയും ആശ്രയിച്ചപ്പോൾ അവരെല്ലാവരും ഈ ചക്രത്തെ മഹാവിഷ്ണുവിനല്ലാതെ ആർക്ക് തടുക്കാനാവും എന്നറിയിച്ചു. ഒടുവിൽ മഹാവിഷ്ണുവിന്റെ കാൽക്കൽ അഭയം തേടിയപ്പോൾ ഞാൻ ഭക്തവത്സലനാണ്. അതുകൊണ്ട് ആ അംബരീഷരാജാവി നെത്തന്നെ ശരണം പ്രാപിക്കുക. അങ്ങയ്ക്ക് തപശക്തിയും ജ്ഞാ നവുമെല്ലാമുണ്ട്. എങ്കിൽപോലും വിനയമില്ല. എങ്കിൽ അത് നിഷ്പ്ര ഭമായിത്തീരും. അതുകൊണ്ട് എത്രയുംവേഗം ആ പരമഭാഗവതന്റെ സമീപം ചെന്ന് ശരണം പ്രാപിക്കുക. അതേ വഴിയുള്ളു. മഹാപു രുഷന്മാരിൽ ദ്രോഹം ചെയ്താൽ വരുന്നത് ഇപ്രകാരമാണ്. സുദർശനചക്രത്തെ ഭയന്ന ദുർവാസാവ് മഹർഷി അംബരീഷരാ ജാവിനെത്തന്നെ അഭയം പ്രാപിച്ചു. ഋഷി തന്നെ അഭയം പ്രാപി ച്ചപ്പോൾ കൃപാപരവശനായിത്തീർന്ന് രാജാവ് ആ ഋഷിയെ രക്ഷി ക്കാൻ വേണ്ടി സുദർശനത്തോട് അപേക്ഷിച്ചു. ഉടൻ സുദർശനം ശാന്തമായി. ആപത്തിൽനിന്ന് മോചിക്കപ്പെട്ട ദുർവ്വാസാവ് ഇങ്ങോട്ട് ദ്രോഹിക്കുന്നവരിൽപോലും കൃപ ചൊരിയുന്ന ഭഗവൽഭക്തന്മാ രുടെ നിരതിശയമഹിമയെ അങ്ങേയറ്റം പ്രശംസിച്ചു.

അതിനുശേഷം അംബരീഷൻ അതിഥിയായ ദുർവ്വാസാവിനെ ഭക്തിപൂർവ്വം സൽക്കരിച്ചു. സന്തോഷംപൂണ്ട ദുർവ്വാസാവ് രാജാ വിനെ ആശിർവദിച്ചു. രാജാവ് വിധിപ്രകാരം പാരണ ചെയ്തു. മാതൃകാപരമായ വ്യക്തിത്വത്തിന് ഉടമയായിരുന്നു അംബരീഷൻ.

ഗംഗാനദി ഭൂമിയിലേക്കു വന്ന കഥ

സഗരരാജാവിന് കേശിനി, സുമതി എന്നിങ്ങനെ രണ്ടു പത്നി മാരുണ്ടായിരുന്നു. അദ്ദേഹം ഒരു അശ്വമേധയാഗം നടത്തിയപ്പോൾ ഇന്ദ്രൻ കുതിരയെ അപഹരിച്ച് കപിലമുനി തപസ്സു ചെയ്യുന്ന സ്ഥാനത്തു കെട്ടി. സുമതിയുടെ പുത്രന്മാർ പല ദിക്കുകളിലും കുതിരയെ അന്വേഷിച്ചു. ഒടുവിൽ ഭൂമി കുഴിച്ചുനോക്കി. അപ്പോൾ കപിലമുനി തപസ്സ് ചെയ്യുന്നിടത്തെത്തി ആ മുനിതന്നെയായിരിക്കും അശ്വത്തെ അപഹരിച്ചതെന്ന് ശങ്കിച്ച് ദ്രോഹിക്കുവാനുദ്യമിച്ചപ്പോൾ തന്റെ തപഃപ്രഭാവത്താൽ അവരെ മുഴുവൻ ഭസ്മമാക്കിത്തീർത്തു.

കേശിനീപുത്രനായ അസമഞ്ജസൻ പരമയോഗിയായിരുന്നു. അസമഞ്ജയ പുത്രനായ അംശുമാൻ മുത്തച്ഛനായ സഗരന്റെ ആജ്ഞയനുസരിച്ച് കുതിരയെ അന്വേഷിച്ച് ചുറ്റിനടന്ന് അവസാനം കപിലമഹർഷിയുടെ സമീപമെത്തി കപിലമുനിയെ ഭക്തിപൂർവ്വം നമസ്ക്കരിച്ചു. പ്രീതനായ കപിലമുനി പറഞ്ഞു.

ഹേ മഹാത്മൻ! ഇവിടെ കാണുന്ന നിന്റെ മുത്തച്ഛന്റെ അശ്വത്തെ നീ കൊണ്ടുപോയിക്കൊള്ളുക. നിന്റെ പൂർവ്വികർ തങ്ങളുടെ പ്രവൃ ത്തികൊണ്ടുതന്നെ ദഹിക്കപ്പെട്ടിരിക്കുന്നു. പാവനയായ ഗംഗക്കു മാത്രമേ ഇവരെ ശുദ്ധീകരിക്കാനാവുകയുള്ളു. അതിനുവേണ്ടി ശ്രമി ച്ചാലും. മുനിയുടെ ആജ്ഞപ്രകാരം അംശുമാൻ കുതിരയെ തിരികെ കൊണ്ടുവന്നു. അങ്ങിനെ സഗരൻ യജ്ഞം പൂർത്തീകരി ച്ചു. അംശുമാൻ ഗംഗയെ ഭൂമിയിലേക്ക് കൊണ്ടുവരാനായി ദീർഘ കാലം തപസ്സുചെയ്തിട്ടും സാധിച്ചില്ല.

പിന്നീട് ഭഗീരഥനാണ് മഹത്തായ തപസ്സുചെയ്ത് ഗംഗാദേവിയെ പ്രത്യക്ഷമാക്കിയത്.

അപ്പോൾ ഗംഗാദേവി ചോദിച്ചു.

'ഞാൻ ഭൂമിയിലേക്ക് പതിച്ചാൽ എന്റെ വേഗം സഹിക്കാനാ കുമോ? അതിനാളില്ലാത്ത പക്ഷം ഭൂമി പിളർന്ന് ഞാൻ രസാതല ത്തിലെത്തിയാൽ എന്റെ അവസ്ഥയെന്തായിരിക്കും.?'

ഇതാലോചിച്ച് വിഷമിക്കേണ്ടതില്ല. പരമശിവൻ ഭഗവതിയുടെ വേഗത്തെ ധരിച്ചുകൊള്ളും എന്നറിയിച്ച് ഭഗീരഥൻ ഗംഗയെ ആശ്വസിപ്പിച്ചു. തുടർന്ന് ഭഗീരഥൻ പരമശിവനെ പ്രസാദിപ്പിച്ചു. അങ്ങിനെ ശിവൻ ഗംഗയെ ശിരസാവഹിച്ചു.

സഗരപുത്രന്മാർ തങ്ങളുടെ ദേഹഭസ്മത്തിന് ഗംഗാസ്പർശം കിട്ടിയതുകൊണ്ട് പരമഗതിയെ പ്രാപിച്ചു.

ശ്രീരാമാവതാരം

കരുണാനിധിയായ മഹാവിഷ്ണു ദശരഥന്റെ പുത്രഭാവത്തിൽ ഭരതരാമലക്ഷ്മണശത്രുഘ്നന്മാരെന്ന നാലുരൂപത്തിൽ ആവിർഭവിച്ചു. ശ്രീരാമൻ പിതാവായ ദശരഥമഹാരാജാവിന്റെ സത്യപ്രതിജ്ഞ സാർത്ഥകമാക്കാൻ വേണ്ടി രാജ്യം ഉപേക്ഷിച്ചു. പതിനാലുസംവത്സരക്കാലം വനവാസമനുഷ്ടിച്ചു. ആ വേളയിൽ ഹനുമാനും ലക്ഷ്മണനും വഴിക്കുള്ള കല്ലുംമുള്ളും നീക്കാൻ പ്രയത്നിച്ചുപോന്നു. രാവണൻ സീതാദേവിയെ അപഹരിച്ചപ്പോൾ വിരഹദുഃഖിതനായി സമുദ്രതീരത്തെത്തി. വഴിക്കായി അപേക്ഷിച്ച ശ്രീരാമന് സമുദ്രം വഴികൊടുക്കാതിരുന്നപ്പോൾ ശ്രീരാമന്റെ മുഖത്തെ കോപം കൊണ്ട് ഭയന്ന സമുദ്രം മാർഗ്ഗം നൽകി വന്ദിച്ചു. തുടർന്ന് ചിറ കെട്ടി ലങ്കയിൽ ചെല്ലുകയും രാവണൻ തുടങ്ങിയവരെ വധിച്ച് സീതാദേവിയോടുകൂടി അയോധ്യയിലെത്തുകയും ചെയ്തു. അവിടെ രാജാവായി അഭിഷേകം ചെയ്യപ്പെട്ട് മാതൃകാപരമായി രാജ്യം ഭരിച്ചുപോന്നു. ആധിവ്യാധികളോ ജരക്ലേശങ്ങളോ ആർക്കുമുണ്ടായില്ല. ബ്രാഹ്മണന്മാരായ ഋഷീശ്വരന്മാർ ആനന്ദപരവശരായി ഇപ്രകാരം പറഞ്ഞു.

'നിന്തിരുവടി സദാ ഹൃദയത്തിൽ പ്രകാശിപ്പിച്ച് അജ്ഞാനാന്ധകാരത്തെ നീക്കി ജ്ഞാനദീപം ഞങ്ങൾക്ക് നൽകുന്നുണ്ട്. അധികമായാൽ ധർമ്മാസക്തിയുടെ ദോഷമാണെന്ന് കാണിക്കുവാൻ രാജധർമ്മത്തിലുള്ള അത്യാസക്തി നിമിത്തം പതിവ്രതാരത്നമായ സീതാദേവിയെപ്പോലും പൂർണ്ണഗർഭിണിയായിരിക്കുമ്പോൾ ജനാപവാദം എന്ന ഒറ്റക്കാരണത്താൽ ഉപേക്ഷിച്ചു.

വാല്മീകി മഹർഷി ദേവിയെ ആശ്രമത്തിലേക്ക് കൊണ്ടുവന്നു. അവിടെവെച്ച് സീതാദേവി കുശലവൻമാരെ പ്രസവിച്ചു. അവർക്കു വേണ്ട സംസ്കാരാദി കർമ്മങ്ങളും വിദ്യാഭ്യാസവും മഹർഷിതന്നെ നിർവ്വഹിച്ചു. പുത്രന്മാരെ വാല്മീകി മഹർഷിയെ ഏല്പിച്ച് സീതാദേവി ശ്രീരാമനെത്തന്നെ ധ്യാനിച്ചുകൊണ്ട് ഭൂമിയിൽ ലയിച്ചു.

ഇതറിഞ്ഞ ശ്രീരാമൻ സീതാദേവിയുടെ മഹത്വത്തെ ചിന്തിച്ച് വിഷാദം പൂണ്ട് ദിനങ്ങൾ കഴിച്ചുകൂട്ടി. ഈശ്വരനെപ്പോലും ഇപ്രകാരമുള്ള വിഷാദാത്മകജീവിതം വന്നുപെടുമെങ്കിൽ സാധാരണക്കാരുടെ അവസ്ഥയെന്തായിരിക്കും എന്ന ഒരു വസ്തുത ലോകത്തിന് കാണിച്ചുകൊടുക്കുവാൻ വേണ്ടിയാണ് അവിടുന്ന് ജീവിതത്തിലൂടെ ഓരോന്നും പ്രകടമാക്കിത്തീർന്നത്.

പരശുരാമന്റെ കഥ

സോമവംശത്തിലെ പ്രഖ്യാതനായ ഒരു രാജാവായിരുന്നു ഗാഥി. അദ്ദേഹത്തിന്റെ പുത്രിയായ സത്യവതിയെ ഋചീകൻ എന്ന മഹർഷി വിവാഹം ചെയ്തു. അദ്ദേഹം തന്റെ പത്നിക്കും മകളുടെ ഭർത്താവിനും യഥാക്രമം ബ്രഹ്മതേജസ്സും ക്ഷാത്രതേജസ്സും പൂർണ്ണമായുള്ള പുത്രന്മാരുണ്ടാകട്ടെ എന്ന് കരുതി ജപധ്യാനപൂർവ്വം സ്നാനത്തിനായി പുറപ്പെട്ടു. എന്നാൽ യാഗപ്രസാദമാർന്ന ചരു അവർ അന്യോന്യം മാറി കഴിച്ചു. ഇതറിഞ്ഞ മഹർഷി നിന്റെ പുത്രൻ ക്ഷത്രിയതേജസ്സുള്ള ഒരു ഘോരനായിതീരും എന്ന് സത്യവതിയോട് പറഞ്ഞു. അവൾ അദ്ദേഹത്തെ പ്രസാദിപ്പിച്ചപ്പോൾ എന്നാൽ അത് പുത്രന്റെ പുത്രനായിട്ട് (പൗത്രൻ) ഭവിക്കുമെന്ന് അനുഗ്രഹിച്ചു. ഗാഥിയുടെ പുത്രനാണ് ജമദഗ്നി. ജമദഗ്നിയുടെ പുത്രനായിട്ട് പരശുരാമൻ ഉളവായി.

ഹേഹയവംശാധിപനായ കാർത്തവീര്യാർജ്ജുനൻ മഹാവിഷ്ണുവിന്റെ അംശമായ ദത്താത്രേയനെ ആരാധിച്ച് അപൂർവ്വമായ ബലവും യോഗൈശ്വര്യങ്ങളും ആയിരം കൈകളും സമ്പാദിച്ചു. സർവ്വർക്കും ഭയമുളവാക്കുന്ന രാവണനെപ്പോലും വളരെ എളുപ്പത്തിൽ തന്റെ പുരത്തിൽ ബന്ധിച്ചു. കുറച്ചുകാലം കഴിഞ്ഞ് അവജ്ഞയോടെ വിട്ടയക്കുകയും ചെയ്തു. അങ്ങിനെയുള്ള ആ കാർത്തവീര്യാർജ്ജുനൻ നായാട്ടിനിടയിൽ ജമദഗ്നിയുടെ ആശ്രമത്തിൽ ചെന്നു. എന്താഗ്രഹവും സാധിപ്പിച്ചുകൊടുക്കുന്ന കാമധേനുവിനെ തനിക്ക് സ്വാധീനയായതിനാൽ ജമദഗ്നി കാർത്തവീര്യാർജ്ജുനനും സൈന്യങ്ങൾക്കും നല്ലൊരു സൽക്കാരമേകി. ഇത്രയും വലിയ സൽക്കാരം കണ്ട് ആശ്ചര്യപ്പെട്ട് കാർത്തവീര്യാർജ്ജുനൻ ആ കാമധേനുവിനെ സ്വന്തമായി കിട്ടാനാഗ്രഹിച്ചു. കാമധേനുവിനെ അപഹരിക്കുവാൻ സൈന്യത്തെ അയച്ചു. അവരാകട്ടെ നിലവിളിച്ചുകൊണ്ടിരിക്കുന്ന കാമധേനുവിനെയും കുട്ടിയെയും രാജധാനിയി

ലേക്കെത്തിച്ചു.

ആശ്രമത്തിലെത്തിയ പരശുരാമൻ ആ വാർത്തയറിഞ്ഞ് വർദ്ധിച്ച കോപത്തോടെ പരശുവും മറ്റായുധങ്ങളുമെടുത്ത് നേരെ രാജധാനിയിലേക്ക് ചെന്നു. വലിയ അക്ഷൗഹിണിസൈന്യം പരശുരാമന്റെ നേരെ വന്നു. പരശുരാമൻ ഏകനായിത്തന്നെ സൈന്യത്തെ മുഴുവൻ പെട്ടെന്ന് കൊന്നു. തുടർന്ന് പരശുരാമനും കാർത്തവീര്യാർജ്ജുനനും തമ്മിൽ ഘോരയുദ്ധം നടന്നു. ഒടുവിൽ പരശുരാമൻ തന്റെ അസ്ത്രംകൊണ്ട് കാർത്തവീര്യാർജ്ജുനന്റെ കൈകളെ ഛേദിച്ചു. തുടർന്ന് കാർത്തവീര്യാർജ്ജുനനെ വധിക്കുകയും ചെയ്തു. കന്നുകുട്ടിയോടുകൂടിയ കാമധേനുവിനെ പിതാവായ ജമദഗ്നിയെ ഏല്പിക്കുകയും ചെയ്തു. വിവരമറിഞ്ഞ ജമദഗ്നി സ്വപുത്രനോട് ഈ ചെയ്തത് വലിയ പാപമായിപ്പോയി എന്നും പാവനിവൃത്തിക്കായി മനസ്സിനെ ഭഗവൽപാദങ്ങളിൽ സമർപ്പിച്ച് പുണ്യതീർത്ഥ സേവ നടത്താൻ നിർദ്ദേശിച്ചു. പിതാവിന്റെ നിർദ്ദേശപ്രകാരം പരശുരാമൻ ഒരു വർഷംകൊണ്ട് തീർത്ഥയാത്ര അവസാനിപ്പിച്ച് ആശ്രമത്തിൽ തിരിച്ചെത്തി.

ഒരവസരത്തിൽ രേണുക ജലം കൊണ്ടുവരാൻ നദിയിലേക്ക് പോയപ്പോൾ ചിത്രരഥൻ എന്ന ഒരു ഗന്ധർവ്വരാജാവ് അപ്സരസ്സുകളോടുകൂടി ക്രീഡിക്കുന്നത് കാണുകയും ഹോമസമയം വിസ്മരിച്ച് കുറച്ചുനേരം നോക്കിനിൽക്കുകയും ചെയ്തു. ഇതറിഞ്ഞ ജമഗദഗ്നി രേണുക ഏറെ അധഃപതിച്ചിരിക്കുന്നു എന്നും ഉടൻ അവളെ നിഗ്രഹിക്കണമെന്നും പുത്രന്മാരോടാജ്ഞാപിച്ചു. അവർ മാതൃവധം നടത്താൻ തയ്യാറായില്ല. ഒടുവിൽ മാതാവിനേയും തന്റെ കല്പന അവഗണിച്ച സഹോദരന്മാരേയും വധിക്കുവാൻ വേണ്ടി പരശുരാമനോട് പറഞ്ഞു. പിതാവിന്റെ ദിവ്യശക്തി മനസ്സിലാക്കിയ രാമൻ ഉടൻ മാതാവിനെയും സഹോദരന്മാരേയും വധിക്കുകയും പിതാവിൽനിന്ന് അവരുടെ ജീവനെ വീണ്ടെടുക്കാനുള്ള വരം നേടി അവരെയെല്ലാം ജീവിപ്പിക്കുകയും ചെയ്തു.

തങ്ങളുടെ പിതാവായ കാർത്തവീര്യാർജ്ജുനനെ വധിച്ചതിലുള്ള പക മൂത്ത കാർത്തവീര്യാർജ്ജുനന്റെ മക്കൾ പരശുരാമൻ ആശ്രമത്തിലില്ലാത്ത അവസരം നോക്കി ധ്യാനത്തിലിരിക്കുന്ന ജമദഗ്നിയെ വധിച്ചു.

വിവരമറിഞ്ഞ് കോപം പൂണ്ട പരശുരാമൻ ക്ഷത്രിയന്മാരെ മുഴുവൻ നശിപ്പിക്കുവാനായി പുറപ്പെട്ടു. ഇരുപത്തിയൊന്നു തവണ ക്ഷത്രിയന്മാരെ ഭൂമിയിൽനിന്ന് ഇല്ലാതാക്കിതീർത്തു. കാർത്തവീര്യാർജ്ജുനാൽ വധിക്കപ്പെട്ട പിതാവായ ജമദഗ്നിയെ ജീവിപ്പിച്ചു. യജ്ഞത്തിൽ സർവ്വവും ബ്രാഹ്മണർക്കായി ദാനം ചെയ്തു.

നിമിയുടെ വംശം

ഇക്ഷ്വാകുപുത്രനായ നിമി ഒരു സത്രം (യാഗം) ആരംഭിക്കുകയും അതിൽ ഋത്വിക്കായി വസിഷ്ഠനെ നിയോഗിക്കുകയും ചെയ്തു. ഇന്ദ്രൻ നടത്തുന്ന ഒരു യജ്ഞത്തിന് വസിഷ്ഠൻ നേരത്തെ തന്നെ നിയോഗിക്കപ്പെട്ടതിനാൽ ആദ്യം അതുകഴിഞ്ഞിട്ട് അങ്ങു നടത്തുന്ന യജ്ഞത്തിന് വന്നുചേരാം എന്നും അതുവരെ കാത്തിരിക്കൂ എന്നും നിമി അറിയിച്ചു.

ഇപ്രകാരമറിയിച്ച് വസിഷ്ഠൻ ഇന്ദ്രസമീപത്തേക്ക് പോയി. വസിഷ്ഠൻ വരാൻ താമസിച്ചതിനാൽ മനഃപ്രയാസം വന്ന നിമി മറ്റു ഋഷിമാരെ ഋത്വിക്കുകളാക്കി സത്രം പൂർത്തിയാക്കി. മടങ്ങിവന്നപ്പോൾ വിവരമറിഞ്ഞ വസിഷ്ഠൻ ജ്ഞാനിയാണെന്നഭിമാനിക്കുന്ന അങ്ങയുടെ ദേഹം താഴെ പതിക്കട്ടെ (മരണം സംഭവിക്കട്ടെ) എന്ന് ശപിച്ചു. അപ്പോൾ നിമി വസിഷ്ഠനേയും ശപിച്ചു. വസിഷ്ഠൻ പിന്നീട് മിത്രാവരുണന്മാരുടെ പുത്രനായി ജനിച്ചു. ആത്മജ്ഞാനിയായ നിമി വീണ്ടും ജനിക്കാൻ ഇഷ്ടപ്പെട്ടില്ല. വിദേഹനായി (ദേഹഭാവം ഇല്ലാത്തവനായി) കഴിഞ്ഞു. മഹർഷിമാർ പതിക്കപ്പെട്ട അദ്ദേഹത്തിന്റെ ദേഹം മഥനം ചെയ്തു (യോഗവൈഭവത്താൽ ആ ദേഹത്തിന് ജീവനേകി എന്നു സാരം) അങ്ങിനെ ഉണ്ടായതാണ് ജനകമഹാരാജാവ്.

സീതാപിതാവായ സീരധ്വജൻ (കലപ്പ കൊടിയടയാളമായിട്ടുള്ള) എന്ന പേരിൽ അറിയപ്പെടുന്ന ജനകമഹാരാജാവ് ഇതേ വംശത്തിലുണ്ടായതാണ്. ഈ വംശത്തിലുണ്ടായ എല്ലാവരും പരമജ്ഞാനികളും അനാസക്തരുമായിരുന്നു.

ശർമ്മിഷ്ഠയും ദേവയാനിയും

സോമവംശത്തിലെ പ്രഖ്യാതനായ രാജാവായിരുന്നു യയാതി. അദ്ദേഹം ശുക്രന്റേയും വൃഷപർവാവിന്റെയും പുത്രിമാരെ വിവാഹം ചെയ്തു. ഒരിക്കൽ വൃഷപർവരാജാവിന്റെ പുത്രിയായ ശർമ്മിഷ്ഠ സഖിമാരോടും ഗുരുപുത്രിയായ ദേവയാനിയോടും കൂടി പൂന്തോട്ടത്തിൽ സഞ്ചരിച്ചുകൊണ്ടിരിക്കുകയായിരുന്നു. അവർ വസ്ത്രങ്ങൾ കരയിൽ വെച്ച് ഒരു പൊയ്കയിലിറങ്ങി ജലക്രീഡയിൽ മുഴുകി. ആ വഴിക്ക് പരമശിവൻ വരുന്നതുകൊണ്ട് ഉടനെ അവർ വസ്ത്രങ്ങൾ എടുത്തുടുത്തു. പെട്ടെന്നുള്ള പരിഭ്രമവശാൽ അറിയാതെ ശർമ്മിഷ്ഠ ദേവയാനിയുടെ വസ്ത്രം മാറി ഉടുത്തുപോയി. അപ്പോൾ ദേവയാനി ശർമ്മിഷ്ഠയെ അധിക്ഷേപിച്ചു. അപ്പോൾ കോപം വന്ന ശർമ്മിഷ്ഠ അങ്ങോട്ടും അധിക്ഷേപിച്ചു. മാത്രമല്ല, ദേവയാനിയെ നഗ്നയാക്കി അവിടെയുള്ള ഒരു പൊട്ടക്കിണറ്റിലേക്ക് തള്ളി. ആ വേളയിൽ നായാട്ടിനിറങ്ങിയ യയാതി മഹാരാജാവ് വെള്ളം അന്വേഷിച്ച് നടന്നുകൊണ്ടിരിക്കുകയായിരുന്നു. രാജാവ് അവളെ കിണറ്റിൽ കണ്ട് തന്റെ ഉത്തരീയം അവൾക്ക് കൊടുത്ത് അവളെ കൈപിടിച്ച് കയറ്റി. ഇപ്പോൾ എന്റെ പാണി ഗ്രഹിച്ച സ്ഥിതിക്ക് എന്നെ സ്വീകരിച്ചാലും എന്ന അവളുടെ അപേക്ഷയെ മാനിച്ച് രാജാവ് അവളെ പത്നിയായി സ്വീകരിച്ചു. രാജാവ് പോയതിനുശേഷം ദേവയാനി പിതാവിനെ സർവ്വവിവരങ്ങളും അറിയിച്ചു. തന്റെ മകളെ വൃഷപർവ്വാവിന്റെ പുത്രിയായ ശർമ്മിഷ്ഠ അപമാനിച്ചതറിഞ്ഞ് ശുക്രാചാര്യർ കോപം പൂണ്ടു. അപ്പോൾ രാജാവായ വൃഷപർവ്വാവ് ഗുരുവിന്റെ കാൽക്കൽ വീണ് നമസ്ക്കരിച്ചു. അദ്ദേഹത്തെ പ്രസന്നനാക്കി. എങ്കിലും ഗുരുവായ ശുക്രാചാര്യരുടെ ആജ്ഞപ്രകാരം ശർമ്മിഷ്ഠ ദാസിയായി ദേവയാനിയെ അനുഗമിക്കേണ്ടിവന്നു. എന്നാൽ ശർമ്മിഷ്ഠ ആരും കാണാതെ യയാതിയെ ഭർത്താവായി വരിച്ചു. ദേവയാനിക്ക് യയാതിയിൽ യദുതുർവസു എന്ന രണ്ടു പുത്രന്മാരും ശർമ്മിഷ്ഠക്ക് അദ്ദേഹത്തിൽതന്നെ ദ്രഹ്യു, അനു, പുരു

എന്നിങ്ങനെ മൂന്നുപുത്രന്മാരും ഉണ്ടായി. ഇതറിഞ്ഞ് കോപം പൂണ്ട് ദേവയാനി പിതാവിനെ വിവരം അറിയിച്ചു. അപ്പോൾ ശുക്രാചാര്യർ 'നിന്നെ ജര (വാർദ്ധക്യസഹജമാർന്ന ശരീരത്തിന്റെ അവസ്ഥ) വന്നു ബാധിക്കട്ടെ' എന്ന് ശപിച്ചു. ഒടുവിൽ യയാതി അദ്ദേഹത്തെ അനുനയിപ്പിച്ചപ്പോൾ മറ്റൊരാളുടെ യൗവനം കൊണ്ട് ജരയെ വ്യത്യാസപ്പെടുത്തുവാൻ അങ്ങ യ്ക്ക് സാധിക്കുമാറാകട്ടെ എന്ന് അനുഗ്രഹിക്കുകയും ചെയ്തു. അനന്തരം അദ്ദേഹം പുത്രന്മാരോട് ഇതിനായി സഹായം അഭ്യർ ത്ഥിച്ചു. പുത്രന്മാരിൽ പുരു മാത്രം പിതാവായ യയാതിയെ സഹായിക്കാൻ ഒരുങ്ങി. പുരുവിന്റെ യൗവനം നേടിയ അദ്ദേഹം വീണ്ടും സുഖഭോഗങ്ങൾ അനുഭവിച്ചു. സുഖഭോഗങ്ങൾക്കു പിന്നാലെ അനുഗമിച്ച യയാതിക്ക് ഒടുവിൽ വിരക്തി കൈവന്ന് പുരുവിൽ രാജ്യഭാരം ഏൽപിച്ച് ഭഗവത്ധ്യാനനിമഗ്നനായി ദേവയാനിയോടൊപ്പം പരമഗതിയടഞ്ഞു.

ശാകുന്തളം കഥ

പിതാവായ യയാതിയുടെ സവിശേഷാനുഗ്രഹം നേടപ്പെട്ട പുരുവിന്റെ വംശത്തിലെ പ്രസിദ്ധനായ ഒരു രാജാവാണ് ദുഷ്യന്തൻ. നായാട്ടിനുപോയ ദുഷ്യന്തൻ യാദൃച്ഛികമായി കണ്വാശ്രമത്തിലെത്തപ്പെടുകയും അവിടെ അങ്ങേയറ്റം സൗന്ദര്യവതിയായ ശകുന്തളയെ കണ്ട് കാമമോഹിതനായിതീരുകയും ചെയ്തു. അവൾ ക്ഷത്രിയവംശത്തിൽ പെട്ട വിശ്വാമിത്രന് മേനകയിലുണ്ടായ പുത്രിയാണെന്നറിഞ്ഞ് ഗാന്ധർവ്വവിധി പ്രകാരം ദുഷ്യന്തൻ അവളെ വിവാഹം കഴിച്ചു. ഈ വൃത്താന്തവും പിന്നീട് ശകുന്തള ഗർഭിണിയായിത്തീർന്നു എന്ന കാര്യവും കണ്വൻ തപോദൃഷ്ടിയിൽ കണ്ടറിഞ്ഞിരുന്നു. രാജാവ് തന്റെ രാജധാനിയിലേക്ക് പോയതിനുശേഷം ശകുന്തള പ്രസരിപ്പുള്ള സുന്ദരനായ ഒരു പുത്രനെ പ്രസവിച്ചു. കണ്വമഹർഷി തന്നെയാണ് അവന് വിദ്യ അഭ്യസിപ്പിച്ച് വളർത്തിപ്പോന്നത്. വിദ്യാശാലിയായ ആ ബാലൻ സിംഹങ്ങളെ ഒരു പാവ എന്നപോലെ കളിപ്പിച്ചുപോന്നു. തന്റെ കൈകൊണ്ട് അതിന്റെ വാപിളർത്തുകയും ചെയ്തു.

ഏതാനും നാൾ കഴിഞ്ഞതിനുശേഷം ശകുന്തള പുത്രനേയും കൊണ്ട് ഭർത്തൃസമീപത്തേക്ക് ചെന്നു. തുടക്കത്തിൽ രാജാവ് ശകുന്തളയേയും പുത്രനേയും സ്വീകരിച്ചില്ല. 'ഇത് അങ്ങയുടെ പുത്രൻ തന്നെയാണ്, സ്വീകരിച്ചാലും' എന്ന അശരീരി വാക്കിന്റെ ബലത്താൽ രാജാവ് അവരെ സ്വീകരിച്ചു. ഈ പുത്രനാണ് പിൽക്കാലത്ത് ഖ്യാതി നേടിയ ഭരതമഹാരാജാവ്.

ശ്രീകൃഷ്ണാവതാരം

അസുരരാജാക്കന്മാരുടെ പരാക്രമത്താൽ അവരുടെ ഭാരം നിമിത്തം ഭൂമീദേവി ദുഃഖിതയായി ബ്രഹ്മാവിനെ ശരണം പ്രാപിച്ചു. മഹാവിഷ്ണുവൊഴിച്ച് മറ്റാർക്കും ഇവരിൽനിന്ന് രക്ഷിക്കാനാവില്ലെന്നും അതുകൊണ്ട് അവിടുന്ന് മാത്രമേ, നമുക്ക് ഗതിയുള്ളു എന്നും പറഞ്ഞ് ബ്രഹ്മാവ് ഭൂമീദേവിയോടും ദേവന്മാരോടും പരമശിവനോടും കൂടി മഹാവിഷ്ണുവിന്റെ ആവാസമായ വൈകുണ്ഠത്തിലേക്കു പോയി. അവിടെയെത്തി ദിവ്യസ്തോത്രങ്ങൾ കൊണ്ട് മഹാവിഷ്ണുവിനെ സ്തുതിച്ച് ധ്യാനത്തിൽ മുഴുകിയിരിക്കവേ ബ്രഹ്മാവിന് സമാധിയിൽ മഹാവിഷ്ണുവിന്റെ സന്ദേശം കേൾക്കപ്പെട്ടു.

'നിങ്ങൾ അനുഭവിക്കുന്ന വിഷമതകൾ ഞാനറിയുന്നുണ്ട്. ആ സങ്കടങ്ങൾ നശിപ്പിക്കുവാൻ വേണ്ടി ഞാൻ യദുകുലത്തിൽ പൂർണ്ണാവതാരമെടുക്കുവാൻ പോകുന്നു. ദേവന്മാരും ദേവസ്ത്രീകളുമെല്ലാം യദുകുലത്തിൽ ജനിക്കട്ടെ'

ഈ സന്ദേശം ബ്രഹ്മാവ് സർവ്വരേയും കേൾപ്പിച്ചു ബ്രഹ്മലോകത്തേക്കു മടങ്ങി.

തുടർന്ന് ഭഗവത് സാന്നിദ്ധ്യമുള്ള മധുരാപുരിയിൽ വാസുദേവൻ ഐശ്വര്യവതിയായ ദേവകിദേവിയെ വിവാഹം കഴിച്ചു. കംസൻ സഹോദരിയോടുള്ള സ്നേഹത്താൽ സ്വയം സൂതനായി തേരിൽ കയറ്റി വസുദേവഗൃഹത്തിലേക്ക് കൊണ്ടുപോവുകയായിരുന്നു. അപ്പോഴാണ്, 'ഇവളിൽ ജനിക്കുന്ന എട്ടാമത്തെ കുട്ടി നിന്റെ കാലനായി തീരും' എന്ന ഒരശരീരി കേൾക്കാനിടയാകുന്നത്. ഉടനെ കംസൻ ഭയവശാൽ വാളെടുത്ത് സഹോദരിയെ കൊല്ലുവാനൊരുങ്ങുന്നു. ഇതുകണ്ട വസുദേവൻ സമാധാനിപ്പിക്കാൻ ശ്രമിച്ചു. ഒടുവിൽ ഇവളിൽ ജനിക്കുന്ന പുത്രന്മാരെ അങ്ങേയ്ക്ക് തന്നുകൊള്ളാമെന്ന് വസുദേവൻ പ്രതിജ്ഞ ചെയ്തു. അപ്പോഴാണ് കംസൻ സമാധാനിച്ചത്. കംസൻ ഗൃഹത്തിലേക്ക് മടങ്ങുകയും ചെയ്തു.

കാലം കഴിഞ്ഞ് ആദ്യത്തെ കുട്ടി ജനിച്ചപ്പോൾ വസുദേവൻ തന്റെ പ്രതിജ്ഞയനുസരിച്ച് ആ കുട്ടിയെ കംസന് നൽകി. കംസന് ആ കോമളബാലനെ കൊല്ലാൻ തോന്നിയില്ല. കുറച്ചുകഴിഞ്ഞപ്പോൾ നാരദൻ കംസന്റെ സമീപം വന്ന് 'വസുദേവാദികൾ ദേവന്മാരാണ്. അസുരന്മാരായ നിങ്ങളെ കൊല്ലുവാൻ വേണ്ടി മഹാവിഷ്ണു അവതാരമെടുക്കാൻ പോവുകയാണ് ' എന്നറിയിച്ചു. ഇതുകേട്ട കംസൻ കോപം പൂണ്ടു ദേവകീപുത്രനെ കൊന്നു. തുടർന്ന് ദേവകിയുടെ ഓരോ പുത്രന്മാരേയും കംസൻ ഒട്ടും ഭയമില്ലാതെ കൊന്നു. യാദവന്മാരെ അങ്ങേയറ്റം ദ്രോഹിക്കുകയും പിതാവായ ഉഗ്രസേനനെ ജയിലിലടച്ച് സ്വയം രാജാവായി തീരുകയും ചെയ്തു.

വസുദേവരുടെ ആറുകുട്ടികളെ നിർദയമായി കംസൻ കൊന്നുകളഞ്ഞിരിക്കവേ ഏഴാമത് ദേവകിയുടെ ഗർഭത്തിൽ പ്രവേശിച്ച ആദിശേഷനായ അനന്തന്റെ അംശത്തെ മഹാവിഷ്ണുവിന്റെ ആജ്ഞയാൽ യോഗമായാദേവി രോഹിണിയുടെ ഗർഭത്തിലേക്ക് നയിച്ചു. മഹാവിഷ്ണുവാകട്ടെ, പൂർണ്ണാവതാരമെടുക്കാൻ വേണ്ടി വസുദേവന്റെ മനസ്സിനെ പ്രാപിച്ചു. അദ്ദേഹത്തിന്റെ മനസ്സിൽനിന്നും തന്നിൽ പ്രവേശിച്ച വിഷ്ണുതേജസ്സിനെ ദേവകി ധരിച്ചു. ദിനങ്ങളും മാസങ്ങളും കഴിഞ്ഞുകൊണ്ടിരിക്കവേ വർഷകാലം നീലമേഘാവൃതമായിത്തീർന്നു. അപ്പോൾ അഷ്ടമിരോഹിണി എന്ന സുദിനത്തിൽ കംസന്റെ കാരാഗൃഹത്തിൽ ദേവകീപുത്രനായി ജനിച്ചു. അവിടെ കാർമുകിൽ വർണ്ണനായി പീതാംബരാലംകൃതനായി തൃക്കൈകളിൽ ശംഖ്, ഗദ, ചക്രം, പത്മം ധരിച്ച് മന്ദഹാസാമൃതം പൊഴിച്ച് അവിടെ പ്രകാശിച്ചു. വസുദേവരാകട്ടെ ആ സച്ചിദാനന്ദ മൂർത്തിയായ മഹാവിഷ്ണുവിനെ സ്തുതിച്ചു. പുത്രഭാവത്തിൽ എന്ന വസുദേവരുടെ പ്രാർത്ഥനയെ മാനിച്ച് കണ്ണിനാനന്ദം പകരുന്ന കോമളബാലനായി നിലകൊണ്ടു. ദേവകി ആ രൂപത്തെ ആനന്ദ പരവശയായി സ്തുതിച്ചു.

പുണ്യാത്മാവായ വസുദേവർ മഹാവിഷ്ണുവിന്റെ ആജ്ഞായാൽ അവതാരം പൂണ്ട ആ ബാലനെ ഗോകുലത്തിലേക്ക് നയിക്കുവാനായി എടുത്തു. അപ്പോഴാണ് യോഗമായ യശോദപുത്രിയായി ഗോകുലത്തിൽ ജനിച്ചത്. ഉടൻ ദേവി ലോകത്തെ മുഴുവൻ ഉറക്കിക്കളഞ്ഞു. വസുദേവദേഹത്തിലുള്ള ബന്ധനങ്ങൾ താനെ അഴിക്കപ്പെട്ടു. കാരാഗൃഹത്തിന്റെ വാതിലുകൾ താനേ തുറന്നു.

വസുദേവർ അവതാരം പൂണ്ട ആ ബാലനേയും വഹിച്ച് പുറത്തിറങ്ങിയപ്പോൾ ആദിശേഷൻ തന്റെ ഫണങ്ങൾകൊണ്ട് കുടയുടെ രൂപത്തിൽ പിടിച്ചുകൊടുത്തും ഫണങ്ങളുടെ രത്നങ്ങളിലുള്ള പ്രകാശത്താൽ വഴി കാട്ടിയും കൊണ്ട് അനുഗമിച്ചു. ഗംഭീരമായി ഗർജ്ജിച്ചുകൊണ്ട് ഒഴുകിയിരുന്ന കാളിന്ദീനദി മഹാവിഷ്ണുവിനെ വഹിച്ച വസുദേവർ അതിൽ ഇറങ്ങിയതോടെ അതിലെ ജലം വഴി മാറിക്കൊടുത്തു. യോഗമായ യശോദാസമീപത്ത് ബാലികാഭാവത്തിൽ മന്ദംമന്ദം നിലവിളിച്ചിരുന്നു. അവിടെ വാതിലുകൾ തുറന്നുകിടക്കുകയായിരുന്നു. വസുദേവർ ബാലരൂപത്തിലുള്ള മഹാവിഷ്ണുവിനെ അവിടെ കിടത്തി ഭഗവാന്റെ ആജ്ഞപ്രകാരം യോഗമായയെ എടുത്ത് മടങ്ങിപ്പോന്നു. കംസന്റെ കാരാഗൃഹത്തിൽ എത്തിയതോടുകൂടി വാതിലുകൾ തനിയെ അടഞ്ഞ് പൂർവ്വസ്ഥിതിയിലായി. മുൻപത്തെപ്പോലെ തന്നെ കാലുകളിലെല്ലാം ചങ്ങല വന്ന് ബന്ധിക്കപ്പെടുകയും ചെയ്തു. യോഗമായാദേവി സാവധാനത്തിൽ കരയാൻ തുടങ്ങിയപ്പോൾ അതുവരെ നല്ല ഉറക്കത്തിലായിരുന്ന കംസന്റെ ഭൃത്യന്മാർ പെട്ടെന്ന് ഉണർന്നു. അവർ ഉടനെ കംസന്റെ സമീപം ഓടിച്ചെന്ന് പ്രസവ വാർത്ത അറിയിക്കുകയും ചെയ്തു. അപ്പോൾ കംസൻ ഭയചകിതനായി ഓടിവന്നു നോക്കിയപ്പോൾ സഹോദരിയുടെ അരികിൽ കിടക്കുന്ന പെൺകുട്ടിയെയാണ് കണ്ടത്. മഹാവിഷ്ണു തന്നെ കൊല്ലാൻ വേണ്ടി സ്വമായകൊണ്ട് വേഷം മാറി വന്നിരിക്കുകയാണെന്നുറച്ച് ആ സുന്ദരിയായ ബാലികയെ ബലം പ്രയോഗിച്ച് തട്ടിയെടുത്ത് ഒരു പാറമേൽ എറിഞ്ഞു. യോഗമായാദേവി ഉടൻ അവന്റെ കൈയിൽനിന്നും വിട്ട് ദിവ്യാഭരണഭൂഷിതയായി ആകാശത്തിൽ ശോഭിച്ചു.

തുടർന്ന്, 'ഹേ ക്രൂരനായിട്ടുള്ള കംസ! പരാക്രമം സ്ത്രീകളിലല്ല വേണ്ടത്. നിന്റെ അന്തകൻ ഇന്ന് ഇവിടെ അവതരിച്ചിട്ടുണ്ട്. ഇനി നീ ഇഷ്ടംപോലെ ചെയ്തുകൊള്ളുക.'

ഇത്രയും അരുളിച്ചെയ്ത് ദേവി ഭൂമിയിൽ പല ഭാവത്തിൽ ശോഭിച്ചു. കംസൻ അതുകേട്ട് താൻ ചെയ്തതിൽ പശ്ചാത്തപിച്ച് വസുദേവരേയും ദേവകിയെയും ചങ്ങലയിൽനിന്ന് മോചിപ്പിച്ചു. പ്രഭാതത്തിൽ മന്ത്രിമാരുടെ സഭ കൂടി വിവരങ്ങളെല്ലാം അറിയിച്ചു.

അഹങ്കാരികളായ അവർ കംസനെ ആശ്വസിപ്പിച്ചുകൊണ്ട് ഇതിൽ പരിഭ്രമിക്കാനൊന്നും ഇല്ല എന്നും എല്ലാ കുട്ടികളേയും

ഞങ്ങൾ ഉടൻ നശിപ്പിക്കുന്നുണ്ട് എന്ന വാക്കുകൾ കേട്ട് അവിടെയുള്ള സർവ്വ ബാലന്മാരേയും നശിപ്പിക്കാനുള്ള കല്പന കൊടുത്തു. അങ്ങിനെ കംസഭൃത്യന്മാർ കുട്ടികളെ ദ്രോഹിക്കുവാൻ തുടങ്ങി.

ഗോകുലത്തിൽ യശോദയുടെ പ്രസവതല്പത്തിൽ കിടന്ന് കുഞ്ഞിക്കാലുകൾ ചലിപ്പിച്ചുകൊണ്ട് ചിദാനന്ദമൂർത്തിയായ മഹാവിഷ്ണു മന്ദം മന്ദമായി കരഞ്ഞു.

ഗോപസ്ത്രീകൾ വന്നുനോക്കിയപ്പോൾ അവിടെ കിടക്കുന്ന ആ മോഹനരൂപം കണ്ട് ആനന്ദിച്ചു. ഈ വൃത്താന്തം എല്ലായിടവും അറിയിക്കപ്പെട്ടു. ആനന്ദപരവശരായി നന്ദൻ തുടങ്ങിയവർ പുത്രന്റെ നന്മക്കായി ധാരാളം ദാനങ്ങൾ ചെയ്തു. അനന്തരം നന്ദഗോപർ കരം നൽകാൻ വേണ്ടി മഥുരക്ക് പോയി. അദ്ദേഹം അവിടെ വെച്ച് വസുദേവരെ കാണുകയുണ്ടായി. കുശലപ്രശ്നങ്ങൾക്കിടയിൽ വസുദേവർ പറഞ്ഞു.

'സുഹൃത്തേ, അനേകം ദുർനിമിത്തങ്ങൾ കാണുന്നുണ്ട്. ഗോകുലത്തിൽ എന്തെങ്കിലും ആപത്തു വന്നേക്കുമോ എന്നുകൂടി ശങ്കിക്കുന്നു. അതുകൊണ്ട് ഇനി വേഗംതന്നെ ഗോകുലത്തിലേക്ക് മടങ്ങിയാലും.'

ഇതുകേട്ട് നന്ദഗോപർ ചിദാനന്ദമൂർത്തിയെത്തന്നെ മനസ്സിൽ ചിന്തിച്ചുകൊണ്ട് ഗോകുലത്തിലേക്ക് മടങ്ങി.

പൂതനയെ വധിക്കുന്നത്

ഒരുദിവസം പൂതന എന്ന രാക്ഷസി അതിമോഹനമായ രൂപം സ്വീകരിച്ച് ഗോകുലത്തിൽ ചെന്ന് ബാലകവേഷത്തിലുള്ള ഭഗവൽ സമീപം എത്തി. അവളുടെ വശ്യമോഹനമാർന്ന രൂപം കണ്ട ഗോപ സ്ത്രീകൾ അവൾ സാക്ഷാൽ ശ്രീ ഭഗവതി തന്നെയാണെന്ന് ശങ്കിച്ചു. തന്റെ തേജസ്സിനെ മറച്ചുകൊണ്ട് ബാലഭാവത്തിൽ ശയിക്കുന്ന തന്റെ കാലനെത്തന്നെ അവൾ അവിടെ ദർശിച്ചു. ഉടൻതന്നെ അവൾ ആ കുഞ്ഞിനെ എടുത്ത് കാളകൂടവിഷം പുരട്ടിയ മുലകൊടുത്തു. അവളുടെ സമാകർഷകമായ ഭാവങ്ങൾ കണ്ട് അതിൽ മോഹിച്ചുകൊണ്ടിരുന്ന യശോദക്ക് അവളെ തടയാൻ കഴിഞ്ഞിരുന്നില്ല. ആ കുഞ്ഞ് അവളുടെ മടിയിൽകിടന്ന് വിഷം പുരട്ടിയ ആ സ്തനം പാനം ചെയ്യാൻ തുടങ്ങി. അതോടുകൂടി പൂതനയുടെ പ്രാണനെത്തന്നെയാണ് ആ കുഞ്ഞ് പാനം ചെയ്തത്. അവൾ വേദന സഹിക്കാതെ നിലവിളിച്ചു. അവൾ അതിഭയാനകരൂപത്തോടെ താഴെ വീണു. അവളുടെ ഈ ഭയങ്കരരൂപം കണ്ടും ഘോര ശബ്ദം കേട്ടും ഗോപികളും ഗോപന്മാരും പേടിച്ചു. അവളുടെ മാറത്ത് കിടന്നു കളിക്കുന്നത് സാക്ഷാൽ മഹാവിഷ്ണു തന്നെ. ആ കുഞ്ഞിനെ ഗോപിമാർ എടുത്തു. യശോദ വാരിയെടുത്ത് സ്തന്യം കൊടുത്തു. നന്ദഗോപരും കൂട്ടരും മടങ്ങിവന്ന് വിവരങ്ങൾ അറിഞ്ഞ് ഭയചകിതരും വിസ്മയഭരിതരുമായിത്തീർന്നു. ഗോകുലവാസികൾ ഇപ്രകാരം പറയുകയും ചെയ്തു.

'ഈ രാക്ഷസിയാൽ ഈ കുഞ്ഞ് വധിക്കപ്പെട്ടില്ല എന്നത് ആശ്ചര്യം തന്നെ. ഇതെല്ലാം മുൻകൂട്ടി അറിഞ്ഞ് വസുദേവർ പറഞ്ഞത് ആശ്ചര്യംതന്നെ.'

അങ്ങിനെ സർവ്വരും ആ കോമളബാലനെ ഗാഢാലിംഗനം ചെയ്ത് ബ്രഹ്മാനന്ദമഗ്നനായി.

ശകടാസുരവധവും തൃണാവർത്തവധവും

ഇരുപത്തിയെട്ടാം പിറന്നാൾദിനം ഒരു പ്രത്യേകചടങ്ങുണ്ടായിരുന്നു. ഇതിനായി ധാരാളം പേർ വന്നുചേർന്നു. ഇതിനോടനുബന്ധിച്ച് പുത്രനെ കുളിപ്പിച്ച് ഒരു ശകടത്തിന്റെ കീഴെ കിടത്തി. യശോദ അടുക്കളയിൽ ജോലി ചെയ്തുകൊണ്ടിരുന്നു. അപ്പോഴാണ് അവിടെനിന്ന് ഒരു ഘോരശബ്ദവും കുട്ടികളുടെ നിലവിളിയും കേൾക്കാനായത്. ഇതുകേട്ട് ഗോപികമാർ ഭയന്ന് ഓടിവന്ന് നോക്കിയപ്പോൾ ശകടത്തിന്റെ പല ഭാഗങ്ങളും പൊട്ടിക്കിടക്കുന്നതായും നടുവിൽ മോഹനരൂപമാർന്ന് ബാലനേയും കണ്ടു. യശോദ അവനെ വാരിയെടുത്ത് മാറോടണച്ചു. കുഞ്ഞിന് വല്ലതും പറ്റിയോ എന്നറിയാൻ വേണ്ടി നന്ദഗോപരും കൂട്ടരും അവിടെയെത്തി. 'കുട്ടി മുല കുടിക്കുവാനാഗ്രഹിച്ചുകൊണ്ട് കാലുകൾ കുടഞ്ഞ് നിലവിളിച്ചു. ആ കാലുകൾ തട്ടിയാണ് ഈ ചക്രം വീണത്' -എന്നിങ്ങനെ അവിടെയുള്ളകുട്ടികളുടെ ഈ വാക്കുകൾ അധികമാരും വിശ്വസിച്ചില്ല. ഈ കൊച്ചുബാലന്റെ പാദസ്പർശം കൊണ്ട് ഈ കൂറ്റൻ ചക്രം എങ്ങനെ വീഴാനാണ്. അസുരാകാരമാർന്ന ഈ ഭീകരശകടത്തെ ഭഗവൽപാദത്താൽ മഥിച്ചിരിക്കുന്നു എന്ന തോന്നൽ ചിലരിലെങ്കിലും ഉളവായിട്ടുണ്ട്. അവർ പ്രേമപൂർവ്വം ആ ബാലനെ വാരിയെടുത്ത് നന്ദഗോപരെ ഏൽപ്പിച്ചു. പുത്രന്റെ നന്മയ്ക്കായി നന്ദഗോപർ ദാനങ്ങളും ഹോമങ്ങളും ചെയ്തു.

ഒരിക്കൽ യശോദ പുത്രനെ മടിയിൽ വെച്ച് ലാളിക്കുകയായിരുന്നു. പെട്ടെന്ന് കൈക്ക് വലിയ ഒരു ഘനം തോന്നി. അപ്പോൾ യശോദ പുത്രനെ താഴെ വെച്ച് ഗൃഹജോലിയിൽ ഏർപ്പെട്ടു. ആ വേളയിലാണ് തൃണാവർത്തൻ എന്ന അസുരൻ ഉറക്കെ ശബ്ദമുണ്ടാക്കിക്കൊണ്ട് കൊടുങ്കാറ്റിന്റെ രൂപത്തിൽ വന്ന് ആ കുഞ്ഞിനെ എടുത്തുകൊണ്ടുപോയി. ആ അവസരം പൊടിപടലത്താൽ ആർ

ക്കും ഒന്നും കാണാൻ സാധിച്ചിരുന്നില്ല. യശോദ ഭയന്ന് ഓടി വന്ന് നോക്കിയപ്പോൾ കിടത്തിയ ഇടം കുട്ടിയെ കാണാതെ വന്ന പ്പോൾ ദുഃഖപരവശയായി ഉറക്കെ നിലവിളിച്ചു.

ബാലരൂപത്തിൽ അവിടെ നിലകൊണ്ട് മഹാവിഷ്ണുവാകട്ടെ തന്റെ ഘനം അല്പമൊന്ന് പ്രകടമാക്കിയ നേരം കൊടുങ്കാറ്റിന്റെ രൂപം പൂണ്ടുവന്ന ആ അസുരന് വേണ്ടവണ്ണം ചലിക്കാൻ സാധി ച്ചില്ല. അവസാനം കാറ്റിന്റെ രൂപം പൂണ്ട തൃണവർത്തൻ എന്ന അസുരൻ ആകാശമാർഗ്ഗത്തിൽ നിന്ന് നിലംപതിച്ചു. അവന്റെ അവ യവങ്ങളെല്ലാം ഭഗ്നമായിത്തീർന്നു. അവന്റെ ദേഹത്തിൽ കളിച്ചു കൊണ്ടിരിക്കുന്ന ആ മോഹബാലനെ ഗോപിമാർ എടുത്ത് മാതാ വിന്റെ കൈയിൽ നൽകി. സർവ്വരും ആനന്ദഭരിതരായിത്തീർന്നു.

ശ്രീകൃഷ്ണലീലകൾ

മഹാജ്ഞാനിയായ ഗാർഗമുനി സാക്ഷാൽ മഹാവിഷ്ണു തന്നെയായ ബാലന് സംസ്കാരക്രിയകൾക്കായി വസുദേവരുടെ പ്രേരണയോടെ ഗോകുലത്തിലേക്ക് വന്നു. നന്ദഗോപർ ആദരപൂർവ്വം സൽക്കരിച്ചു. ബാലന്മാർക്ക് നാമകരണക്രിയ നടത്തുവാനായി അഭ്യർത്ഥിച്ചു. ആ മുനി സച്ചിദാനന്ദനായ ബാലനെ എടുത്ത് അർത്ഥവത്തായി നാമകരണം ചെയ്തു. വിഷയങ്ങളിൽ വ്യാപരിച്ചുനിൽക്കുന്ന അന്തഃക്കരണവൃത്തികളെ ബലപൂർവ്വകമായി തന്നിലേക്കാ കർഷിച്ച് വാസനകളെയെല്ലാം ഇല്ലാതാക്കി നിത്യാനന്ദമയി പ്രകാശിക്കുന്ന സച്ചിദാനന്ദം എന്ന അർത്ഥത്തിൽ ആ ബാലന് കൃഷ്ണൻ എന്ന് നാമകരണം ചെയ്തു. രോഹിണിയുടെ പുത്രന് ബലഭദ്രൻ എന്നും സകർഷണൻ എന്നും നാമകരണം ചെയ്തു.

കൂടാതെ ഗാർഗമുനി നന്ദഗോപരോട് ശ്രീകൃഷ്ണമഹിമ വ്യക്തമാക്കിക്കൊണ്ട് പ്രസ്താവിച്ചു. പുത്രനെ സ്നേഹിക്കുന്നവർക്ക് മായാബന്ധങ്ങളിൽനിന്ന് മോചനം വന്നുചേരും. ദ്രോഹിക്കുന്നവർക്ക് വിനാശമായിരിക്കും വന്നുചേരുക. സജ്ജനങ്ങൾക്ക് നിത്യാനന്ദമേകും. കീർത്തി സർവ്വത്ര വ്യാപിക്കുകയും ചെയ്യും.

ഇത്രയും പറഞ്ഞ് ഗാർഗമഹർഷി യാത്രയായി.

ബാലനായ ശ്രീകൃഷ്ണൻ ബലരാമനോടുകൂടി അവിടെ മുഴുവൻ ആനന്ദം പകർന്നുകൊണ്ട് മുട്ടുകുത്തി നടക്കുവാൻ തുടങ്ങി. കുട്ടികളോടുകൂടി എല്ലാ ഗോപഗൃഹങ്ങളിലും ചെന്ന് കളിക്കുവാൻ തുടങ്ങി. ഗോപസ്ത്രീകൾ ഒന്ന് നൃത്തം വെക്കാൻ പറഞ്ഞപ്പാൾ ശ്രീകൃഷ്ണന്റെ കുഞ്ഞിക്കാൽ കൊണ്ടുള്ള നൃത്തം അങ്ങേയറ്റം നയനാനന്ദകരമായി തീർന്നു. അവർ കൊടുക്കുന്ന പാലും വെണ്ണയും പ്രേമപൂർവ്വം സ്വീകരിച്ചു.

പിന്നീട് ഗോപസ്ത്രീകൾ വെച്ചിരിക്കുന്ന പാലും തൈരും വെണ്ണയും അപഹരിക്കുവാൻ തുടങ്ങി. കൂടെ അവരുടെ മനസ്സിനേയും അപഹരിച്ചു. ഇടക്കെല്ലാം അവർ യശോദയോട് പരാതി

പറയുകയും ചെയ്തു.

ഒരിക്കൽ ഒരു ഗോപസ്ത്രീ യശോദയോട് ശ്രീകൃഷ്ണൻ മണ്ണു തിന്നുന്നത് കണ്ടതായി പറഞ്ഞു. ഇതുകേട്ട് യശോദ പരിഭ്രമിച്ചു. 'വായ് പൊളിക്കൂ' എന്ന് മാതാവ് കല്പിച്ചപ്പോൾ ശ്രീകൃഷ്ണൻ ഉടൻ മോഹനമായ വായ പിളർന്നുകാട്ടി. ഇതുകണ്ട് യശോദ ആശ്ച ര്യഭരിതയായി. കാരണം അവിടെ മനുഷ്യരും മൃഗങ്ങളും ദേവന്മാരും ഋഷിഗണങ്ങളും പർവ്വതങ്ങളും സമുദ്രങ്ങളും ആ ഓമനത്തം തുളു മ്പുന്ന മുഖത്ത് കാണപ്പെട്ടു. വൈകുണ്ഠം തുടങ്ങിയ ദിവ്യസ്ഥാന ങ്ങളും കൂട്ടത്തിൽ ഗോകുലവും ശാസിച്ചുകൊണ്ടിരിക്കുന്ന യശോ ദയും മുന്നിൽ വായ് പിളർന്നുനിൽക്കുന്ന ശ്രീകൃഷ്ണനെയും ബ്രഹ്മാണ്ഡങ്ങളേയും കണ്ടു. അപ്പോൾ സർവ്വേശ്വരൻ തന്നെ എന്ന് നിശ്ചയിച്ച് മാതാവ് വന്ദിച്ചപ്പോൾ ഉടൻ മഹാവിഷ്ണു യോഗ മായകൊണ്ട് മാതാവിനെ മോഹിപ്പിച്ചു പാൽ കുടിക്കാനായി അമ്മ യുടെ മടിയിൽ കയറിയിരുന്നു. യശോദയുടെ ഭാഗ്യത്തിന് അതി രില്ല. മുൻജന്മത്തിൽ പ്രേമപൂർവ്വം മഹാവിഷ്ണുവിനെ ആരാധിച്ച തിന്റെ ഫലമാണ് യശോദക്കും നന്ദഗോപർക്കും സിദ്ധിച്ച ഈ സൗഭാഗ്യം.

പുത്രന്റെ അതിമനോഹരമാർന്ന ബാലക്രീഡകളെ ചിന്തിച്ച് അത്യാനന്ദപൂർവ്വം തൈര് കലക്കുന്ന അമ്മയുടെ മടിയിൽ ശ്രീകൃ ഷ്ണൻ കരുണയോടെ ഓടിവന്ന് കയറി പാൽ കുടിക്കുവാൻ തുട ങ്ങി. യശോദ മകന്റെ മോഹനശരീരം നോക്കി ആനന്ദിച്ചുകൊണ്ടി രിക്കുകയായിരുന്നു. പെട്ടെന്ന് അടുപ്പത്തുവെച്ച പാൽ തിളച്ചത റിഞ്ഞ് അവിടേക്കോടി. അപ്പോൾ പാൽ കുടിച്ച് തൃപ്തി വരാത്ത ശ്രീകൃഷ്ണന്റെ മുഖത്ത് കോപം വന്നു. തൈരുകലം അടിച്ചുപൊ ട്ടിച്ച് അവിടെനിന്നോടി. യശോദ അവിടെ ഓടിവന്ന് നോക്കിയ പ്പോൾ കലം മുഴുവൻ പൊട്ടി കഷണംകഷണമായിട്ടാണ് കണ്ടത്. അപ്പോൾ പുത്രന്റെ ചാപല്യമോർത്ത് മാതാവിന് ചിരി വന്നു. പുത്രനെ അന്വേഷിച്ച് നടന്നപ്പോൾ അവിടെ ഒരിടത്ത് ഉരൽ കമി ഴ്ത്തിയിട്ട് അതിന്മേൽ ഇരുന്നുകൊണ്ട് വെണ്ണ അവിടെ കൂടിയിരി ക്കുന്ന ജീവജാലങ്ങൾക്കെല്ലാം കൊടുത്തുകൊണ്ടിരിക്കുന്ന ശ്രീകൃ ഷ്ണനെ കാണാനിടയായി വന്നു. വടിയുമെടുത്തു വരുന്ന അമ്മയെ കണ്ട് ശ്രീകൃഷ്ണൻ അവിടെനിന്നോടി. പിന്നാലെ പോയി യശോദ തന്റെ മകനെ ചെന്നു പിടിച്ചു. അവൻ ഭയന്നെന്നവണ്ണം കണ്ണീരൊ

ഴുക്കിയപ്പോൾ യശോദ തന്റെ കൈയിലുള്ള വടി എവിടെയോ എറിഞ്ഞു. തന്റെ പുത്രനെ ഒരു ഉരലിൽതന്നെ ബന്ധിക്കുവാൻ യശോദ തീരുമാനിച്ചു. സർവ്വാത്മാവായ ശ്രീകൃഷ്ണനെ ബന്ധിക്കുവാൻ കയറെടുത്ത് കെട്ടിയപ്പോൾ രണ്ടുവിരൽ നീളം പോരാതെ വന്നു. കൂടുതൽ കയർ കൊണ്ടുവന്ന് കെട്ടിയപ്പോഴും അതേ അവസ്ഥതന്നെ അനുഭവപ്പെട്ടു. ആ ചെറിയ ബാലസ്വരൂപത്തെ കെട്ടിയിടാൻ എത്ര വലിയ കയറെടുത്തിട്ടും മതിയാകാത്ത അവസ്ഥ. ഈ കാഴ്ചകണ്ട് ഗോപികമാർ ആശ്ചര്യത്തോടെ ചിരിച്ചു. യശോദ ക്ഷീണിച്ച് വിയർക്കുകയും ചെയ്തു. അപ്പോൾ ശ്രീകൃഷ്ണൻ കരുണപൂണ്ട് ബന്ധനം സ്വീകരിച്ചു. മാതാവ് ഗൃഹജോലിയിൽ മുഴുകിയിരിക്കുമ്പോൾ ഉരലിൽ ബന്ധിക്കപ്പെട്ട ശ്രീകൃഷ്ണൻ നാരദമുനിയുടെ ശാപത്താൽ അർജുന(നീർമരുത്) വൃക്ഷങ്ങളായി നിലകൊണ്ട കുബേരപുത്രന്മാരായ നളകുബേരന്മാരെ കരുണാപൂർവ്വമൊന്ന് കടാക്ഷിച്ചു.

കുബേരപുത്രന്മാരായ നളകുബേരമണിഗ്രീവൻമാർ ഐശ്വര്യത്താലും ആഭിജാത്യത്താലും മദാന്ധന്മാരായി. അവർ സൻമാർഗ്ഗത്തിൽ നിന്നും വ്യതിചലിച്ച് സ്വജീവിതം പാഴാക്കിക്കൊണ്ടിരിക്കുകയായിരുന്നു. ഒരിക്കൽ മദ്യപാനം ചെയ്ത് മദാന്ധന്മാരായി വസ്ത്രമില്ലാതെ സ്ത്രീകളോടുകൂടി ആകാശഗംഗയിൽ കുളിച്ചുകൊണ്ടിരിക്കുകയായിരുന്നു. പെട്ടെന്ന് അതുവഴി വന്ന നാരദമഹർഷിയെ കണ്ട് ആ സ്ത്രീകൾ പരിഭ്രമിച്ച് വസ്ത്രമെടുത്തു. എന്നിട്ടും കുബേപുത്രന്മാരായ നളകുബേരമണിഗ്രീവന്മാർക്ക് വിവേകമുദിച്ചില്ല. അപ്പോൾ നാരദമഹർഷി 'നിങ്ങൾ ഗോകുലത്തിൽ രണ്ട് അർജ്ജുന വൃക്ഷങ്ങളായി തീരട്ടെഎന്നും അപ്പോൾ നിങ്ങൾക്ക് ഈശ്വര ദർശനം സിദ്ധിക്കും എന്നും അരുൾ ചെയ്തു. അങ്ങിനെ അവർ പെട്ടെന്ന് അർജ്ജുനവൃക്ഷങ്ങളായി തീർന്നു. ശ്രീകൃഷ്ണൻ തന്റെ ഭക്തനായ നാരദമഹർഷിയുടെ വാക്ക് സഫലമാക്കുവാൻ വേണ്ടി ആ വൃക്ഷങ്ങളുടെ ഇടയിലൂടെ ഉരലും വലിച്ചു നടന്നു. അപ്പോൾ ആ വൃക്ഷങ്ങൾ അടിപുഴകി ഘോരശബ്ദത്തോടുകൂടി നിലംപതിച്ചു. ഉടനെ അതിൽനിന്ന് ദിവ്യപ്രഭയോടെ കുബേരപുത്രന്മാർ പുറത്തുവന്ന് ഭഗവൽ പാദങ്ങളിൽ നമസ്ക്കരിച്ചു.

വൃക്ഷങ്ങൾ വീഴുന്ന ശബ്ദം കേട്ട് നന്ദഗോപരും ഗോപന്മാരും പരിഭ്രമത്തോടെ അവിടെ വന്നു നോക്കി. ഉരലിൽ ബന്ധിക്കപ്പെട്ട

ശ്രീകൃഷ്ണനാകട്ടെ, വീണുകിടക്കുന്ന വൻമരക്കൊമ്പുകളുടെ മധ്യത്തിൽ ഉരുലുവലിച്ചുകൊണ്ട് നടക്കുന്നതായി കാണപ്പെട്ടു. അവിടെ കളിച്ചുകൊണ്ടിരിക്കുന്ന കുട്ടികളോട് ഇതു സംബന്ധമായി ആരാഞ്ഞപ്പോൾ അവർ പറയുകയാണ്, 'ഈ ബാലൻ വൃക്ഷങ്ങളുടെ മധ്യത്തിലൂടെ കടന്നപ്പോൾ ഉരൽ വൃക്ഷങ്ങളിൽ അടിച്ചു. അതു വലിച്ചപ്പോൾ ഈ വൻവൃക്ഷങ്ങൾ വീണു. ആ സ്ഥാനത്തുനിന്ന് രണ്ട് ദിവ്യപുരുഷന്മാർ പുറത്തുവന്നു. ഇതാണ് ഞങ്ങൾ കണ്ടത്.'

ഈ ഒരു കാര്യം അവർക്കാർക്കും വിശ്വസിക്കാനായില്ല. നന്ദഗോപർ സ്നേഹപൂർവ്വം ശ്രീകൃഷ്ണനിലുള്ള കെട്ടഴിച്ചു മോചിപ്പിച്ചു. ശ്രീകൃഷ്ണൻ തന്റെ ലീലകൾ കൊണ്ട് ഗോകുലവാസികളെ മുഴുവൻ ആനന്ദിപ്പിച്ചു. പഴങ്ങൾ വേണമോ എന്നു ചോദിച്ചുകൊണ്ട് പഴം വിൽക്കുന്ന സ്ത്രീ വന്നാൽ ഒരുപിടി ധാന്യം ആ കുഞ്ഞികൈയിൽ എടുത്തുകൊണ്ട് അവിടെ ഓടിയെത്തും. അപ്പോഴേക്കും ധാന്യമെല്ലാം ആ കൈയിൽനിന്ന് വീണുപോയിരിക്കും. എങ്കിലും പഴം വിൽക്കുന്നവൾ അവന്റെ ബാലലീലയിൽ ആനന്ദിച്ച് ആ കുഞ്ഞികൈയിൽ നിറയെ പഴം വെച്ചുകൊടുക്കും. ആ പഴം വില്പനക്കാരി വീട്ടിൽ പോയി നോക്കുമ്പോൾ അവളുടെ പാത്രങ്ങളെല്ലാം രത്നപൂരിതമായിരിക്കും.

ഗോകുലത്തിൽ അനേകം ദുർനിമിത്തങ്ങൾ കണ്ട് നന്ദഗോപരും ബന്ധുക്കളും ആ പ്രദേശം വിട്ട് പാവനമാർന്ന വൃന്ദാവനത്തിലേക്ക് പോകുവാൻ തീരുമാനിച്ചു. എല്ലാവരും വാഹനങ്ങളും മറ്റ് വീട്ടുപകരണങ്ങളുമായി യാത്ര തുടങ്ങി. പശുക്കളെ മുന്നിൽ നടത്തി വിവിധ വാദ്യഘോഷങ്ങളോടു കൂടിയാണ് അവരുടെ യാത്ര. ശ്രീകൃഷ്ണൻ, ബലരാമൻ, യശോദയും രോഹിണിയും കൂടി ഒരു തേരിൽ കയറി മുന്നിൽ പുറപ്പെട്ടു. അതേപോലെ മറ്റു തേരുകളും പുറപ്പെട്ടു. മനോമോഹനമാർന്ന വൃന്ദാവനപ്രദേശവും കാളിന്ദിയും മറ്റും കണ്ട് സർവ്വരും ആനന്ദഭരിതരായിത്തീർന്നു. ഒരിക്കൽ സർവ്വരേയും നശിപ്പിക്കാനൊരുങ്ങിയ അഘാസുരൻ ഒരു വലിയ പെരുമ്പാമ്പിന്റെ ആകൃതിയിൽ വന്ന് മാർഗ്ഗതടസ്സമുളവാക്കി. പർവ്വതം പോലെയിരിക്കുന്ന അവന്റെ വായ കണ്ടാൽ ഒരു ഗുഹ തന്നെയാണ് എന്ന തോന്നലുണ്ടാകും. കുട്ടികളാകട്ടെ കളിയിലുള്ള കൗതുകത്താൽ ഗുഹയാണെന്നു കരുതി ആ രാക്ഷസന്റെ വായിൽ പ്രവേശിച്ചു. കൂട്ടത്തിൽ ഗോപന്മാരേയും പശുക്കളേയും പരിപാലിക്കുവാനായി

അവിടെ പ്രവേശിച്ചു. കണ്ഠത്തിലെത്തിയപ്പോൾ തന്റെ സ്വരൂപത്തെ ഒന്ന് വലുതാക്കി. ശ്വാസം പോകുവാൻ മാർഗ്ഗമില്ലാതെ അഘാസുരൻ കഷ്ടപ്പെടാൻ തുടങ്ങി. സ്വരൂപം കുറച്ചുകൂടി വലുതാക്കിയപ്പോൾ ശ്വാസതടസ്സം കൊണ്ട് ബ്രഹ്മാണ്ഡം പൊട്ടി. ആ മാർഗ്ഗത്തിലൂടെ കുട്ടികളെയും മറ്റു തോഴരേയും പുറത്തു കൊണ്ടുവന്നു. തന്റെ കടാക്ഷത്താൽ സർവ്വരേയും ജീവിപ്പിച്ചു.

ഒരിക്കൽ അതിമനോഹരമായ കാളിന്ദീതീരത്ത് ശ്രീകൃഷ്ണനും കൂട്ടുകാരും കളിക്കുകയായിരുന്നു. ഈ വേളയിൽ ബ്രഹ്മാവ് തന്റെ മായകൊണ്ട് ശ്രീകൃഷ്ണന്റെ വൈഭവം ഒന്ന് പരീക്ഷിക്കാൻ വേണ്ടി പശുക്കുട്ടികളെ അപ്രത്യക്ഷമാക്കി. കുട്ടികൾ പശുക്കളെ കാണാതെ പരിഭ്രമിച്ചു. ഈ ഘട്ടത്തിൽ ബ്രഹ്മാവ് അവരേയും തന്റെ മായയാൽ അപ്രത്യക്ഷമാക്കി. ഉടൻ അവിടന്ന് അത്രയും സ്വരൂപമെടുത്തു. സർവ്വാത്മകനായ ശ്രീകൃഷ്ണൻ ഗോപന്മാരുടേയും പശുക്കുട്ടികളുടേയും ഓടക്കുഴലുകളുടേയും ഉറികളുടേയും മറ്റും സ്വരൂപമെടുത്തു. ഒരു സംവത്സരക്കാലം ശ്രീകൃഷ്ണൻ ഇപ്രകാരം ക്രീഡിച്ചു. ഇതുകണ്ട് ബലരാമൻ ആശ്ചര്യചകിതനായി. ഒരു വർഷം കഴിഞ്ഞ് ബ്രഹ്മാവ് വൃന്ദാവനത്തിൽ വന്നു നോക്കി. താൻ മായയാൽ മറച്ച കുട്ടികൾ അങ്ങിനതന്നെ കിടക്കുന്നതായും മുൻപത്തെപോലെ തന്നെ ശ്രീകൃഷ്ണൻ കൂട്ടുകാരോടും പശുക്കുട്ടികളോടും കൂടി കളിക്കുന്നതും കണ്ട് ആശ്ചര്യപ്പെട്ടു. തന്റെ മായാവിദ്യകൊണ്ട് മറച്ച കുട്ടികൾ അങ്ങിനതന്നെ കിടക്കുന്നു. ഈ കാണുന്ന ഇവർ ഏതാണെന്ന ശങ്കയാൽ ബ്രഹ്മാവ് വലഞ്ഞു. ഉടൻ മറ്റൊരു മാറ്റം. അവിടെ പശുക്കുട്ടികളെയെന്നും കാണപ്പെടുന്നില്ല. സർവ്വത്ര വിഷ്ണുരൂപം തന്നെ. കൂട്ടത്തിൽ ശ്രീകൃഷ്ണനെ തന്നെയും അവിടെ കണ്ട് പരിഭ്രമിച്ചു. ഒന്നുമറിയാനാവാതെ ബ്രഹ്മാവ് മോഹിതനായി തീർന്നു. ഒടുവിൽ തൃക്കയ്യിൽ ഭക്ഷ്യ ഉരുളയും പിടിച്ച് പശുക്കളെ അന്വേഷിച്ചു നടക്കുന്ന ഭാവത്തിൽ ആ ബാലഗോപാലൻ ദർശനം നൽകി. അപ്പോൾ ബ്രഹ്മാവ് വന്ദിച്ചുകൊണ്ട് ആ ബാലഗോപാലമൂർത്തിയെ സ്തുതിച്ചു.

കാളിയമർദ്ദനം

ഒരുദിവസം ജ്യേഷ്ഠനോടു കൂടാതെ ശ്രീകൃഷ്ണൻ പശുക്കളെ മേച്ചുകൊണ്ട് ഗോപബാലന്മാരോടുകൂടി കളിക്കാൻ വേണ്ടി കാളിന്ദീതീരത്തേക്ക് പോയി. കളിച്ച് ദാഹം വന്ന കുട്ടികൾ കാളിന്ദിയിലിറങ്ങി വെള്ളം കുടിച്ചു. കാളിയന്റെ വിഷത്താൽ ദുഷിച്ച വെള്ളം കുടിച്ച അവരെല്ലാം മരണമടഞ്ഞു. ഇതുകണ്ട് കരുണാപരവശനായ ശ്രീകൃഷ്ണൻ അമൃതവർഷം പൊഴിക്കുന്ന തന്റെ കടാക്ഷത്താൽ അവരെയെല്ലാം ജീവിപ്പിച്ചു.

കാളിയന്റെ വിഷപ്രഭാവത്താൽ സമീപത്തുള്ള ജീവജാലങ്ങളും പക്ഷികളും മരിച്ചുവീഴുന്നതു കണ്ട് കാരുണ്യം പൂണ്ട ശ്രീകൃഷ്ണൻ കാളിയനെ അവിടെനിന്ന് ഓടിക്കാൻ തീരുമാനിച്ചു. അതിനായി അവിടെ കരിഞ്ഞുനിൽക്കുന്ന കടമ്പുവൃക്ഷത്തിൽ കയറി തിരയടിച്ചുകൊണ്ടിരിക്കുന്ന കാളിന്ദിയിലേക്ക് ചാടി. ആ ജലത്തിൽ നീന്തി കളിക്കുവാൻ തുടങ്ങി. ഉടനെ കാളിയൻ ക്രുദ്ധനായി ഫണജാലങ്ങളിൽനിന്നും വിഷജ്വാല വമിച്ചുകൊണ്ട് ഉയർന്നുവന്നു. ജലത്തിൽ നീന്തിക്കളിച്ചുകൊണ്ടിരിക്കുന്ന ആ കോമളബാലനെ കോപത്താൽ പല പ്രാവശ്യവും കടിച്ചു. ഫലം കാണാതെ തന്റെ ഭീഷണമായ ആ ശരീരംകൊണ്ട് വരിഞ്ഞുചുറ്റി.

ഗോപകുമാരന്മാരും പശുക്കളും ശ്രീകൃഷ്ണനെ കാണാതെ ദുഃഖപരവശരായി കരഞ്ഞുകൊണ്ടിരിക്കുകയായിരുന്നു. ബലരാമനൊഴിച്ച് അവിടെയുള്ള മറ്റു സർവ്വരും ഉത്കണ്ഠാകുലരായിരിക്കുകയായിരുന്നു. ശ്രീകൃഷ്ണനെ അന്വേഷിച്ച് സർവ്വരും യമുനാതീരത്തേക്ക് ചെന്നു. അവിടെ ശ്രീകൃഷ്ണനെ കാണാതെ വന്നപ്പോൾ കാളിന്ദിയിൽ ചാടി ദേഹത്യാഗം നടത്തുവാൻ പുറപ്പെട്ട നന്ദഗോപരെ ശ്രീകൃഷ്ണന്റെ വൈഭവമറിയുന്ന ബലദേവൻ ആ ഉദ്യമത്തിൽനിന്ന് പിന്തിരിപ്പിച്ചു. ഗോകുലവാസികളെല്ലാം തന്നെ കാണാഞ്ഞതിനാൽ ദുഃഖിച്ചിരിക്കുകയാണ് എന്ന് കണ്ട് ആ ഗോപബാലൻ തന്റെ രൂപമൊന്ന് വലുതാക്കി ക്ഷീണിച്ച സർപ്പത്തിന്റെ ഫണ

ത്തിലേക്ക് കയറിനിന്ന് നൂപുരധ്വനികൾ പുറപ്പെടുവിച്ചുകൊണ്ട് ആനന്ദഭരിതമാം വിധം നൃത്തം വെക്കാൻ തുടങ്ങി. ഇതുകണ്ട് ദേവന്മാർ പുഷ്പവൃഷ്ടികൾ പൊഴിച്ചുകൊണ്ട് സ്തുതിച്ചു.

അങ്ങനെയിരിക്കെ കാളിയൻ ക്ഷീണം സഹിക്കവയ്യാതെ ക്ഷീണിതനായി ചോര ഛർദ്ദിച്ചു. അപ്പോൾ കാളിയ പത്നിമാർ ശ്രീകൃഷ്ണപാദങ്ങളിൽ നമസ്ക്കരിച്ചു. അതിനുശേഷം ആ ബാലഗോപാലനായ ശ്രീകൃഷ്ണനോട് ഇപ്രകാരം അഭ്യർത്ഥിച്ചു.

'സർവ്വാത്മാവായ അങ്ങയ്ക്ക് നമസ്കാരം. ഞങ്ങളുടെ പതി അത്യന്തം ക്ഷീണിതനായിരിക്കുകയാണ്. അങ്ങ് അനുഗ്രഹിച്ചാലും.'

തുടർന്ന്, കാളിയനെ തൊഴുതുകൊണ്ട് പറഞ്ഞു, 'ഭഗവാൻ തന്നെയാണല്ലോ സർവ്വ പ്രാണികളുടെയും അതത് സ്വഭാവത്തോടുകൂടി നിർമ്മിച്ചത്. സർപ്പജാതിയിൽപ്പെട്ട ഞങ്ങൾ സ്വാഭാവികമായിത്തന്നെ കോപശീലന്മാരാണ്. എങ്കിലും ഞങ്ങളോട് കരുണ കാണിച്ചാലും.'

അനന്തരം ശ്രീകൃഷ്ണൻ കാളിയനെ സകുടുംബം കാളിന്ദി നദിയിൽ നിന്ന് മാറ്റി രമണകത്തിലേക്ക് അയച്ചു. സർവ്വേശ്വരനായ ശ്രീകൃഷ്ണന്റെ അനുഗ്രഹത്താൽ കാളിന്ദി ഉടൻ വിശുദ്ധജലവാഹിനിയായി തീർന്നു.

നാഗപത്നിമാർ സമർപ്പിച്ച ദിവ്യരത്നങ്ങളാലും മറ്റും വിഭൂഷിതനായ ശ്രീകൃഷ്ണൻ കാളിന്ദീതടപ്രദേശത്തേക്ക് എത്തിച്ചേർന്നു. ഗോകുലവാസികൾ അങ്ങേയറ്റം ആനന്ദിക്കുകയും ചെയ്തു.

വസ്ത്രാപഹരണം

ഒരു ഹേമന്തകാലം. ഗോപികമാർ ശ്രീകൃഷ്ണനെ പതിയായി പ്രാപിക്കാനുള്ള അത്യാർത്തിയോടെ ദേവാരാധന തുടങ്ങി. അതിരാവിലെ എഴുന്നേറ്റ് കാളിന്ദിയിൽ സ്നാനം ചെയ്യുകയും ദേവിയുടെ പ്രതിമ മണൽകൊണ്ടുണ്ടാക്കി ഭക്തിയോടെ ആരാധിച്ചുപോന്നു. ഏതാനും ദിവസങ്ങൾക്കുശേഷം ശ്രീകൃഷ്ണനെ അവരെ അനുഗ്രഹിക്കാനായി യമുനാതീരത്തിലെത്തി. ആ വേളയിൽ ഗോപികമാർ വസ്ത്രങ്ങൾ കരക്കഴിച്ചുവെച്ച് കാളിന്ദിയിൽ നീന്തിക്കളിക്കുകയായിരുന്നു. യോഗേശ്വരനായ ശ്രീകൃഷ്ണൻ അവരുടെ വസ്ത്രങ്ങളെല്ലാമെടുത്ത് അവിടെയുള്ള കടമ്പുമരത്തിൽ കയറി.

'അല്ലയോ, തരുണികളെ നിങ്ങൾ ഇവിടെ വന്ന് വസ്ത്രങ്ങൾ എടുത്താലും' എന്ന് വിളിച്ചുപറഞ്ഞു. അപ്പോൾ പ്രേമരസത്തിലാറാടിയ ഗോപികമാർ ലജ്ജാവിവശരായി അന്യോന്യം നോക്കി ശ്രീകൃഷ്ണനോട് പ്രാർത്ഥിച്ചു.

'അല്ലയോ ഗോപകുമാര! അവിടത്തെ ദാസിമാരായ ഞങ്ങൾ തണുത്തുവിറച്ചിരിക്കുകയാണ്. വസ്ത്രങ്ങൾ വേഗം നൽകിയാലും.'

അപ്പോൾ ആ ഗോപകുമാരൻ 'നിങ്ങൾ എന്റെ ദാസിമാരാണെങ്കിൽ ഇവിടെവന്ന് വസ്ത്രങ്ങൾ സ്വീകരിച്ചാലും' എന്നിങ്ങനെ മന്ദഹാസപൂർവ്വം അരുളിച്ചെയ്തു. അപ്പോൾ ഗോപിമാർ ഭഗവത് സമീപം പ്രാപിച്ചു.

അവരുടെ വിശുദ്ധഭാവം കണ്ട് പ്രീതനായ ഭഗവാൻ ശ്രീകൃഷ്ണൻ വീണ്ടും അരുളിചെയ്തു.

വ്രതം അനുഷ്ഠിച്ചുകൊണ്ടിരിക്കുന്ന ഈ വേളയിൽ വസ്ത്രം അഴിച്ചുവെച്ച് ജലക്രീഡ ചെയ്യുന്നത് വ്രതമില്ലാതാക്കുന്നതാണ്. അതിന്റെ പരിഹാരത്തിനായിക്കൊണ്ട് നിങ്ങൾ ശിരസ്സിൽ അഞ്ജലി അർപ്പിച്ചുകൊണ്ട് എന്നെ വന്ദിച്ചാലും.'

അപ്പോൾ അവർ ദേഹചിന്ത വെടിഞ്ഞ് കർമ്മസാക്ഷിയായ ശ്രീകൃഷ്ണനെ വന്ദിച്ചു.

പ്രസന്നനായ ശ്രീകൃഷ്ണൻ അവരുടെ വസ്ത്രങ്ങൾ നൽകി അനുഗ്രഹിച്ചു. അവരുടെ സങ്കല്പമെല്ലാം അറിഞ്ഞ ശ്രീകൃഷ്ണൻ 'ശരത്കാലചന്ദ്രികയാർന്ന രാത്രികളിൽ കാളിന്ദീതീരത്തു വെച്ച് നിങ്ങളുടെ സങ്കല്പമെല്ലാം സഫലങ്ങളായി തീരും' എന്ന് വാഗ്ദാനം ചെയ്തു.

ഇതുകേട്ട് ആനന്ദസാഗരത്തിലാറാടിയ ഈ ധന്യഗോപികമാർ ശ്രീകൃഷ്ണരൂപത്തിൽ മനസ്സർപ്പിച്ച് ഗൃഹത്തിലേക്കു പോയി.

യജ്ഞവും മാനവികതയും

ശ്രീകൃഷ്ണൻ ഒരുദിനം ഉത്തമഭക്തകളായ യജ്ഞപത്നിമാരെ അനുഗ്രഹിക്കുവാൻ വേണ്ടി വൃന്ദാവനത്തിൽനിന്ന് വളരെ അകലേക്ക് ഗോപകുമാരന്മാരോടുകൂടി പശുക്കളെ മേച്ചുകൊണ്ട് യാത്രയായി. പോകുന്ന വഴിയിൽ തണലേകിക്കൊണ്ടും ഫലപുഷ്പാദികൾ നൽകിക്കൊണ്ടും അന്യരെ സേവിക്കുന്ന വൃക്ഷങ്ങളെ കണ്ട് സേവനത്തിന്റെ മഹിമയെക്കുറിച്ച് സുഹൃത്തുക്കളായ ഗോപകുമാരന്മാരെ ഉദ്ബോധിപ്പിച്ചു.

ഏതാനും സമയത്തിനുശേഷം ഗോപന്മാർക്ക് വിശപ്പ് സഹിക്കാൻ വയ്യാതെ ശ്രീകൃഷ്ണന്റെ സമീപം വന്ന് തങ്ങളുടെ അവസ്ഥയറിയിച്ചു. ഇതിന് പ്രതിവിധിയായി ശ്രീകൃഷ്ണൻ പറഞ്ഞു.

'ഇവിടെ സമീപത്തായി ചില ബ്രാഹ്മണർ യജ്ഞം നടത്തിക്കൊണ്ടിരിക്കുന്നുണ്ട്. അവിടെ ചെന്ന് എന്റെയും ജ്യേഷ്ഠന്റെയും പേരു പറഞ്ഞ് ഭക്ഷണത്തിനായി ചോദിക്കൂ.'

ഈ വാക്കുകൾ കേട്ട് ഗോപകുമാരന്മാർ യജ്ഞകവാടത്തിലെത്തി വിവരമറിയിച്ചു. പക്ഷെ, വേദവാദത്തിൽ ഏർപ്പെട്ടുകൊണ്ടിരുന്ന ബ്രാഹ്മണർ അവരുടെ അഭ്യർത്ഥന കേട്ടതായി നടിച്ചില്ല. മാത്രമല്ല, സച്ചിദാനന്ദമൂർത്തിയായ മഹാവിഷ്ണുവിനെപ്പോലും മഹാപണ്ഡിതന്മാരെന്ന് അഭിമാനിക്കുന്ന ആ ബ്രാഹ്മണർ തീരെ വകവെച്ചില്ല. അങ്ങിനെ നിരാശരായ കുട്ടികൾ മടങ്ങിവന്ന് ശ്രീകൃഷ്ണനെ അറിയിച്ചു.

'ഒരിക്കൽക്കൂടി യജ്ഞകവാടത്തിൽ ചെന്ന് ഞാനും ജ്യേഷ്ഠനും ഇവിടെ വന്ന വിവരം പത്നിമാരെ അറിയിക്കുക എന്നും പരമഭാഗവതകളായ അവർ നിങ്ങൾക്ക് വേണ്ടുന്ന ഭക്ഷണമെല്ലാം തരും ' എന്നിങ്ങനെ ഉറപ്പു നൽകി. അപ്രകാരം കുട്ടികൾ വീണ്ടും അവിടെ ചെന്നു. പത്നിമാരെ സമീപിച്ച് മേൽപ്പറഞ്ഞ വൃത്താന്തം അറിയിച്ചു. കുറെ ദിവസങ്ങളായി അവർ ഏറ്റവും ആഗ്രഹിച്ചുകൊണ്ടിരിക്കുന്ന ഭഗവദ്ദർശനസൗഭാഗ്യം ഇപ്പോൾ ലഭിച്ചിരിക്കുന്നു എന്ന

റിഞ്ഞ സന്തോഷം പൂണ്ട അവർ വിവിധ ഭക്ഷണങ്ങളെടുത്ത് ശ്രീകൃഷ്ണന്റെ സമീപം കുതിച്ചു. അവരെ ഭർത്താക്കന്മാർക്കും ബന്ധുക്കൾക്കും തടയാനായില്ല. യമുനാതീരത്തുള്ള സുന്ദരമാർന്ന അശോകോദ്യാനത്തിൽ നീലമേഘശ്യാമളനായ ആ പരദേവതയെ ധന്യരായ യജ്ഞപത്നിമാർ കണ്ടു. അങ്ങിനെഅവർ സർവ്വതാപങ്ങളിൽനിന്നും മുക്തരായി. തന്നെ ദർശിക്കുവാൻ വേണ്ടി വന്ന അവരെ അനുമോദിച്ചശേഷം യജ്ഞം പൂർത്തീകരിക്കുവാൻ വേണ്ടിയും ഭർത്താക്കന്മാരുടെ ക്ഷേമത്തിനായും അവർ യജ്ഞകവാടത്തിലേക്കു തന്നെ മടങ്ങണമെന്ന് അരുളിച്ചെയ്തു.

ഇതുകേട്ട യജ്ഞപത്നിമാരുടെ സങ്കടം കണ്ട് ശ്രീകൃഷ്ണൻ അവരെ സമാശ്വസിപ്പിച്ച് അവരെ യജ്ഞകവാടത്തിലേക്കുതന്നെ മടങ്ങിപോകാൻ ഉപദേശിച്ചു. ശ്രീകൃഷ്ണനാകട്ടെ, യജ്ഞപത്നിമാർ കൊണ്ടുവന്ന ഭക്ഷണം കൊണ്ട് കുട്ടികളെ യഥേഷ്ടം ഭക്ഷിപ്പിച്ചു സ്വയം ഭക്ഷിക്കുകയും ചെയ്തു.

ഈശ്വരദർശനം നേടിയ ഭാഗ്യവതികളായ യജ്ഞപത്നിമാരുടെ സഹവാസംകൊണ്ട് യജ്ഞകർമ്മത്തെക്കുറിച്ചു മാത്രം ചിന്തിക്കുന്ന ബ്രാഹ്മണർക്കും ബോധോദയം കൈവന്ന് അവരുടെ നിർഭയമാർന്ന പെരുമാറ്റത്തിൽ പശ്ചാത്തപിച്ച് കൃഷ്ണഭക്തിയുദിച്ചു.

ഗോവർദ്ധനോദ്ധാരണം

ഒരുദിനം ഗോപന്മാരെല്ലാരും യജ്ഞത്തിനുവേണ്ടിയുള്ള സാമഗ്രികൾ ഒരുക്കുന്നതിൽ നിരതരായിത്തീർന്നു. സർവ്വജ്ഞനായ ശ്രീകൃഷ്ണൻ ഒന്നും അറിയാത്ത ഭാവത്തിൽ ഇന്ദ്രന്റെ അഹങ്കാരം ഒന്ന് ഒതുക്കുന്നതിനായി നന്ദഗോപരോട് ഇത് എന്തിനുള്ള ശ്രമമാണ് എന്നു ചോദിച്ചു. അപ്പോൾ നന്ദഗോപർ, ഇന്ദ്രനാണല്ലോ നമുക്ക് മഴയേകുന്നത്. അതുകൊണ്ട് ഇന്ദ്രനെ ഉദ്ദേശിച്ച് യജ്ഞം നടത്തേണ്ടത് സർവ്വരുടെയും കടമയാണ്. പ്രത്യേകിച്ച് പശുക്കളുടെ ജീവനായ പച്ചപ്പുല്ലും വെള്ളവും നിലനിർത്തേണ്ട ആവശ്യത്തെ കണക്കിലെടുത്ത്...എന്ന് പറഞ്ഞു.

അപ്പോൾ ശ്രീകൃഷ്ണൻ മന്ദഹാസപൂർവ്വം പറയാൻ തുടങ്ങി.

ഇന്ദ്രൻ മഴ പെയ്യിക്കുന്നു എന്നതിന് യുക്തിയില്ല. നമ്മൾ ഗോപന്മാരാണ്. നമ്മുടെ പശുക്കൾക്ക് പച്ചപ്പുല്ലും വെള്ളവുമാണ് എന്നതു ശരിയാണ്. അതു നമുക്ക് യഥേഷ്ടം തരുന്നത് ഈ ഗോവർദ്ധനമാണ്. അതുകൊണ്ട് ഈ പർവ്വതത്തിന് യജ്ഞം നടത്തണം.

ഇത് സർവ്വർക്കും സമ്മതമായി. ഇന്ദ്രനുള്ള യാഗദ്രവ്യങ്ങൾ കൊണ്ട് ഗോവർദ്ധനപർവ്വതത്തെ വഴിപോലെ ആരാധിച്ചു. അതിനായി യാഗം ചെയ്തു. ശ്രീകൃഷ്ണൻ തന്നെ ഗോവർദ്ധനമെന്ന ഭാവത്തിൽ രൂപമെടുത്ത് സർവ്വരുടെയും മുന്നിൽവെച്ച് നിവേദ്യം സ്വീകരിച്ചു. യജ്ഞം അവസാനിപ്പിച്ച് സർവ്വരും ഗൃഹത്തിലേക്ക് മടങ്ങി.

തന്റെ യജ്ഞം മുടക്കിയ കാര്യമറിഞ്ഞ ദേവേന്ദ്രൻ കോപിച്ചു. ഘോരവർഷം ഉളവാക്കി ഗോകുലത്തെ നശിപ്പിക്കുവാൻ വേണ്ടി മേഘങ്ങളെ അയച്ചു. ഇടിനാദത്തോടെ ഘോരവർഷമാരംഭിച്ചു. ഗോപന്മാരും ഗോക്കളും അത്യന്തം പീഢിതരായി. ഗോവർദ്ധന പർവ്വതം നമ്മെ രക്ഷിക്കും എന്നരുളിക്കൊണ്ട് ശ്രീകൃഷ്ണൻ തന്റെ ചെറുകരംകൊണ്ട് കൂറ്റൻ ഗോവർദ്ധനത്തെ ലീലയാൽ ഉയർത്തിപ്പിടിച്ചുകൊണ്ട് കീഴെയുള്ള മണൽപ്പരപ്പിൽ ഗോപന്മാരേയും പശു

ക്കളേയും പ്രവേശിപ്പിച്ച് ആ പർവ്വതത്തെ കുടയെന്നവണ്ണം ധരിച്ചുപോന്നു. ശ്രീകൃഷ്ണന്റെ മഹത്തായ യോഗൈശ്വര്യം കണ്ട് ഇന്ദ്രൻ ആശ്ചര്യചകിതനായി. അഹങ്കാരവിമുക്തനായിത്തീർന്നു. അവിടെ കൂടിയ സർവ്വരും ശ്രീകൃഷ്ണന്റെ ആജ്ഞയനുസരിച്ച് പുറത്തുവന്നപ്പോൾ ശ്രീകൃഷ്ണൻ ഗോവർദ്ധനപർവ്വതത്തെ സ്വസ്ഥാനത്തുതന്നെ വെച്ചു. ഗോപികമാർ ഈ ദിവ്യലീലകളെപ്പറ്റി പാടിക്കൊണ്ട് സർവ്വരും ഗോകുലത്തിൽ എത്തി. അഹങ്കാരം തീർന്ന് ദേവേന്ദ്രൻ സുരഭിയോടുകൂടി വന്ന് ശ്രീകൃഷ്ണന്റെ പാദങ്ങളിൽ പ്രണമിച്ചു. പ്രസന്നനായ ശ്രീകൃഷ്ണഭഗവാൻ അനുഗ്രഹിച്ചു. സുരഭി സ്നേഹാതിശയത്തിൽ ഒഴുകുന്ന തന്റെ പാലുകൊണ്ട് ശ്രീകൃഷ്ണനെ ഗോവിന്ദനായി അഭിഷേകം ചെയ്തു. ആനന്ദം പൂണ്ട ഇന്ദ്രൻ ആകാശഗംഗയുടെ ദിവ്യതീർത്ഥം കൊണ്ട് ശ്രീകൃഷ്ണനെ അഭിഷേകം ചെയ്ത് ഗോകുലേന്ദ്രനായി വാഴ്ത്തപ്പെട്ടു.

കംസന്റെ ചതി നിറഞ്ഞ ഉപായങ്ങൾ

ഒരിക്കൽ നാരദമഹർഷി കംസസമീപം ചെന്ന് ശ്രീകൃഷ്ണന്റെ ദേവകീപുത്രത്വം വ്യക്തമാക്കി. ഇതുകേട്ട് കോപം മുഴുത്ത കംസൻ വസുദേവരെ വധിക്കാൻ ഒരുങ്ങി. നാരദമഹർഷി ആ ഉദ്യമം തടഞ്ഞു. നാരദമഹർഷി പോയതിനുശേഷം ബലരാമനേയും ശ്രീകൃഷ്ണനേയും വധിക്കാൻ വേണ്ടി കേശിയെ നിയോഗിച്ചുകൊണ്ട് ഗോകുലത്തിലേക്കയച്ചു. കൂടാതെ ചാണൂരൻ, മുഷ്ടികൻ എന്നിങ്ങനെയുള്ള മല്ലന്മാരേയും കുവലയപീഡമെന്ന ആനയേയും ഒരുക്കിനിർത്തി. കംസന്റെ രാജ്യത്തിൽ ഒരു ധനുർയാഗം തുടങ്ങുന്ന വ്യാജേന രാമകൃഷ്ണന്മാരെ ക്ഷണിച്ചുവരുത്താൻ വേണ്ടി മിത്രം എന്ന നിലയിൽ അക്രൂരനെ നിയോഗിച്ചു. അതിനായി ഒരു തേരും സജ്ജമാക്കി. അപ്പോൾ അക്രൂരൻ ഈശ്വരസങ്കല്പത്തിന്റെ മുന്നിലുള്ള നമ്മുടെ ഉപായങ്ങളെല്ലാം എന്തുമാത്രം വിജയം കൈവരിക്കുമെന്ന് ഒരു നിശ്ചയവുമില്ലല്ലോ എന്നുമാത്രം പ്രസ്താവിച്ചു. അക്രൂരൻ സ്വഗൃഹത്തിലേക്കു പോയി.

കംസന്റെ ഉറ്റബന്ധുവായ കേശി ഒരു കൂറ്റൻ കുതിരയുടെ ആകൃതിയെടുത്ത് സർവ്വർക്കും ഭയമുളവാക്കിക്കൊണ്ട് ഗോകുലത്തിലെത്തി. ഇതുകണ്ട് ശ്രീകൃഷ്ണൻ അതിന്റെ മുന്നിലേക്കു ചെന്നു. കോപം പൂണ്ട് കേശി കാലുകൊണ്ട് ശ്രീകൃഷ്ണനെ ചവുട്ടാൻ ശ്രമിച്ചു. ഉടനെ ശ്രീകൃഷ്ണൻ അതിന്റെ പാദങ്ങളിൽ പിടിച്ച് ദൂരെ വലിച്ചെറിഞ്ഞു. അല്പനേരം മോഹാലസ്യപ്പെട്ടുകിടന്നതിനുശേഷം പിന്നേയും എഴുന്നേറ്റ് വാ പൊളിച്ചുകൊണ്ട് വന്നു. ഉടനെ ഉണ്ണികൃഷ്ണന്റെ കൈ അവന്റെ വായിലേക്ക് കടത്തി. പിന്നെ ആ കൈ വലുതായി വന്ന് അവൻ ശ്വാസംമുട്ടി മരിച്ചു.

ഗൃഹം പ്രവേശിച്ച പരമഭാഗവതനായ അക്രൂരനാകട്ടെ, ശ്രീകൃഷ്ണനെ ദർശിക്കാനുള്ള ഔത്സുക്യത്താൽ ഒരുവിധം ആ രാത്രി കഴിച്ചുകൂട്ടി. പ്രഭാതത്തിൽ ഗോകുലത്തിലേക്ക് പുറപ്പെട്ടു. കംസന്റെ ദൂതനെന്നു കരുതി ശ്രീകൃഷ്ണൻ തിരസ്കരിക്കുമോ എന്നൊരു

ഉത്കണ്ഠ അക്രൂരന്റെ മനസ്സിൽഉണ്ടായിരുന്നു. ശ്രീകൃഷ്ണനെക്കുറിച്ചുള്ള നല്ല ചിന്തകളുമായി മുന്നോട്ടു പോകുമ്പോഴാണ് ശ്രീകൃഷ്ണന്റെ പാദചിഹ്നങ്ങൾ അക്രൂരൻ കാണാനിടയായത്. ഉടനെ അക്രൂരൻ തേരിൽനിന്ന് ചാടി ശ്രീകൃഷ്ണന്റെ ശ്രീപാദങ്ങളോട് പരമപവിത്രമായിതീർന്ന വൃന്ദാവനത്തിലെ പൊടിയല്ലേ എന്ന ഭാവത്തിൽ അവിടെ ഉരുണ്ടു. കുറെക്കൂടി മുന്നോട്ടു പോയപ്പോൾ ശ്രീകൃഷ്ണനേയും ബലരാമനേയും കണ്ടു. ഭക്തന്റെ വരവു പ്രതീക്ഷിച്ചുകൊണ്ട് നിൽക്കുകയായിരുന്ന ആ കോമളാകാരനായ ഭഗവാനെ കണ്ട് ആ പരമഭാഗവതനായ അക്രൂരൻ ശ്രീപാദങ്ങളിൽ ദണ്ഡനമസ്കാരം നടത്തി. ശ്രീകൃഷ്ണൻ തന്റെ തൃക്കരങ്ങളെക്കൊണ്ട് അക്രൂരനെ എഴുന്നേൽപ്പിച്ച് സമാലിംഗനം ചെയ്തു. ഗൃഹത്തിലേക്ക് ആനയിച്ച് സൽക്കരിച്ചു. അക്രൂരൻ വർത്തമാനങ്ങളെല്ലാം ശ്രീകൃഷ്ണനെ അറിയിച്ചശേഷം രാജകല്പന പിതാവിനെ അറിയിച്ചു. പിറ്റേദിവസംതന്നെ പുറപ്പെടാൻ വേണ്ട ഏർപ്പാടുകൾ ചെയ്യിച്ചു. ഒരുനിമിഷം പോലും അവിടുത്തെ വിയോഗം സഹിക്കാനാകാത്ത ഗോപസ്ത്രീകൾ ഈ വിവരമറിഞ്ഞ് ഏറ്റവും വ്യസനിച്ചു. സർവ്വവുമുപേക്ഷിച്ച് ഭഗവൽപാദങ്ങളെ ശരണം പ്രാപിച്ച നമ്മേപ്പോലും അവിടുന്ന് ഉപേക്ഷിക്കാൻ ഒരുങ്ങുകയാണല്ലോ. മഥുരാവാസികൾ ഭാഗ്യമുള്ളവരാണ്. അവർക്ക് ആ സൗന്ദര്യരൂപം കണ്ട് മനോനിർവൃതി നേടാമല്ലോ. ക്രൂരനായ അക്രൂരൻ തേരിൽ കയറിക്കഴിഞ്ഞു. ഈ വിയോഗം എങ്ങിനെ സഹിക്കാൻ കഴിയും എന്നിങ്ങനെ വിഷാദമഗ്നകളായ ഗോപിമാർ ഹേ ഗോവിന്ദ! ഹേ മാധവ! എന്നീ പ്രകാരം ഉറക്കെ നിലവിളിക്കാൻ തുടങ്ങി. ഒടുവിൽ അവർ ശ്രീകൃഷ്ണലീലകൾ പാടി ഉന്മത്താവസ്ഥയെ പ്രാപിച്ചു.

രഥത്തിൽ സഞ്ചരിച്ച് ശ്രീകൃഷ്ണനും കൂട്ടരും കാളിന്ദീതീരത്തെത്തി. ബലരാമനേയും ശ്രീകൃഷ്ണനേയും തേരിൽ ഇരുത്തി അക്രൂരൻ സ്നാനത്തിനായി ഇറങ്ങി. കാളിന്ദിയിൽ മുങ്ങിയപ്പോൾ രാമകൃഷ്ണന്മാരെ അവിടെയും കണ്ടു. പൊങ്ങിനോക്കിയപ്പോൾ തേരിലും ഇരിക്കുന്നതായി കണ്ടു. പിന്നെയും മുങ്ങിയപ്പോൾ ആദിശേഷന്റെ ഉപരിഭാഗത്ത് യോഗനിദ്ര ചെയ്യുന്ന മഹാവിഷ്ണുവിനെ കണ്ട് അക്രൂരൻ ആദരപൂർവ്വം സ്തുതിച്ചു. ഉടൻ തന്റെ ദിവ്യരൂപം മറച്ചു ബാലരൂപം കൈക്കൊണ്ടു. അക്രൂരൻ സന്ധ്യാവന്ദനാദികൾ ചെയ്തു രാമകൃഷ്ണന്മാരുടെ സമീപം വന്ന് തേർ തെളിക്കാൻ

തുടങ്ങി. അവർ മഥുരാപുരത്തിലുള്ള ഒരു ഉദ്യാനത്തിൽ എത്തി. ശ്രീകൃഷ്ണൻ അക്രൂരനെ ഗൃഹത്തിലേക്കയച്ചു. തുടർന്ന് ശ്രീകൃഷ്ണൻ ജ്യേഷ്ഠനോടും സുഹൃത്തുക്കളോടും കൂടി മഥുരാപുരം കാണാൻ പുറപ്പെട്ടു. കേൾക്കുന്ന ജനങ്ങളെല്ലാം ആനന്ദമൂർത്തിയായ ശ്രീകൃഷ്ണദർശനത്തിനായി രാജമാർഗ്ഗത്തിലേക്ക് ഓടിയെത്തി. രാജധാനിയിൽ കറിക്കൂട്ടുണ്ടാക്കുന്നതിൽ അതിപ്രഗൽഭയായ കുബ്ജയെ കാണുകയും അവളിൽനിന്ന് കുറിക്കൂട്ട് സ്വീകരിച്ച് മൂന്ന് ഒടിവുള്ള അവളെ ലോകൈകസുന്ദരിയാക്കിത്തീർക്കുകയും ചെയ്തു. രാജമാർഗ്ഗത്തിലൂടെ സഞ്ചരിക്കുന്ന അവരെ അറിയുന്ന ജനങ്ങൾ ഉപഹാരങ്ങൾ നൽകി സൽക്കരിച്ചു. അനന്തരം ഇന്ദ്രസംബന്ധമായ വില്ലുവെച്ചു പൂജിക്കുന്ന സ്ഥലത്തേക്ക് വന്ന് ധനുസ്സെടുത്ത് ഉടൻ ഞാൺ കെട്ടി വലിച്ചു. പെട്ടെന്ന് അത് മധ്യത്തിൽ പൊട്ടി. ശ്രീകൃഷ്ണനും ബലരാമനും കൂടി തങ്ങളോട് എതിരിടാൻ വരുന്ന കംസന്റെ ഭൃത്യരെ പൊട്ടിച്ചതായ വില്ലിന്റെ ശകലങ്ങൾ കൊണ്ട് നിഗ്രഹിച്ചു. സന്തുഷ്ടരായ അവർ ആ രാത്രി അവിടെ കഴിച്ചുകൂട്ടി.

ദുഃസ്വപ്നങ്ങളാൽ ചിന്താവിവശനായ കംസന് അന്ന് ഉറക്കം വന്നില്ല. പിറ്റേദിവസം പ്രഭാതമായപ്പോൾ മല്ലയുദ്ധത്തിനുള്ള ഏർപ്പാടുകൾ ചെയ്തുപോന്ന ആളുകൾക്ക് ഇരിക്കുവാനുള്ള ആസനങ്ങളെല്ലാം ഒരുക്കി. കംസനും രാജമഞ്ചത്തിൽ ഇരുന്നു. രാമകൃഷ്ണന്മാരും മല്ലയുദ്ധോത്സവം കാണാൻ പുറപ്പെട്ടു. ഗോപുരകവാടത്തിൽ കുവലയപീഡം എന്ന ആന നിൽക്കുന്നതു കണ്ട് ആനയെ വഴിയിൽനിന്ന് ഉടൻ മാറ്റിനിർത്തുവാൻ ആനക്കാരനോട് ശ്രീകൃഷ്ണൻ ആജ്ഞാപിച്ചു. അപ്പോൾ കുപിതനായ ആനക്കാരൻ ശ്രീകൃഷ്ണനുനേരെ ആനയെ വിട്ടു. ആ ആന ഓടിച്ചെന്ന് തുമ്പിക്കൈകൊണ്ട് ശ്രീകൃഷ്ണനെ പിടിച്ചു. കുടഞ്ഞ് പിടിച്ച് ശ്രീകൃഷ്ണൻ അതിന്റെ നാലുകാലുകളുടെ മധ്യത്തിൽ ചെന്നൊളിച്ചു. ആന പിന്നാലെ ഓടിയപ്പോൾ വീണപോലെ അഭിനയിച്ചു. ഉടൻ വന്ന് കുത്തി. അപ്പോൾ അതിനെ നിലത്ത് വീഴ്ത്തി അതിനെയും ആനക്കാരനെയും കൊന്നു. ആനക്കൊമ്പ് ധരിച്ചുകൊണ്ട് ബലരാമനും ശ്രീകൃഷ്ണനും രംഗസ്ഥലത്ത് പ്രവേശിച്ചു. അവിടെയെത്തിയ ഇരുവരും സർവ്വരുടെയും മനസ്സിനെ ആകർഷിച്ചു. ഈ വേളയിൽ ചാണൂരൻ തുടങ്ങിയവർ മല്ലയുദ്ധത്തിന് ബലരാമനേയും കൃഷ്ണ

നേയും ക്ഷണിച്ചു. ബലരാമൻ മുഷ്ടികനോടും കൃഷ്ണൻ ചാണൂരനോടും മല്ലയുദ്ധത്തിനൊരുങ്ങി. അന്യോ ന്യം ഘോരഘോരം പൊരുതി. രാമകൃഷ്ണന്മാർ ലീലയാൽ മുഷ്ടികനേയും ചാണൂരനേയും നിഗ്രഹിച്ചു.

ഇതെല്ലാം കണ്ട് ഭയംപൂണ്ട കംസൻ ബലരാമനേയും ശ്രീകൃഷ്ണനേയും പുറത്താക്കുവാനും നന്ദഗോപരെ ബന്ധിക്കുവാനും കല്പിച്ചു. ഭയംപൂണ്ട് കംസൻ വാളെടുത്ത് വീശുവാൻ തുടങ്ങി. ഉടനെ കൃഷ്ണൻ കംസനെ പിടിച്ചു താഴത്തേക്ക് തള്ളി. കംസന്റെ മാറിടത്തിൽ കയറി വധിക്കുകയും ചെയ്തു. രാമകൃഷ്ണന്മാർ മാതാപിതാക്കന്മാരെ ബന്ധനത്തിൽനിന്നും മോചിപ്പിച്ചു. അവരുടെ പാദങ്ങളിൽ ഭക്തിപൂർവ്വം നമസ്ക്കരിച്ചു. അപ്പോൾ മാതാപിതാക്കന്മാരായ ദേവകിയും വസുദേവരും സർവ്വേശ്വരനാണെന്നറിഞ്ഞ് ആ ബാലരെ വന്ദിക്കുകയാണ് ചെയ്തത്. തന്നെ സച്ചിദാനന്ദ മൂർത്തിയെന്നറിഞ്ഞ് വന്ദിക്കുന്ന മാതാപിതാക്കന്മാരെ കൃഷ്ണൻ തന്റെ മായകൊണ്ട് മോഹിപ്പിച്ചു.

'അല്ലയോ മാതാവേ! പിതാവേ! കംസനെ ഭയന്ന് മറ്റുദിക്കിൽ പോയി താമസിക്കേണ്ടി വന്നതിനാൽ മാതാപിതാക്കന്മാരെ ശുശ്രൂഷിക്കുവാനുള്ള കടമ നിർവ്വഹിക്കാൻ കഴിയാത്ത ഞങ്ങളുടെ തെറ്റ് പൊറുത്താലും.' എന്ന് അപേക്ഷിച്ചു.

ഇതുകേട്ട് വസുദേവരും ദേവകിയും പുത്രബുദ്ധ്യ സ്വന്തം മകനെ വാരിയെടുത്തു ഗാഢമാലിംഗനം ചെയ്തു.

തുടർന്ന് മാതൃപിതാവായ ഉഗ്രസേനനെ രാജാവാക്കി കൃഷ്ണൻ അഭിഷേകം ചെയ്തു. രാമകൃഷ്ണന്മാർ നന്ദഗോപരുടെ സമീപം ചെന്ന് ഇത്രയുംകാലം അവരെ ലാളിച്ചുവളർത്തിയതിന് കൃതജ്ഞത അറിയിക്കുകയും കുറച്ചുകാര്യങ്ങൾ കൂടി മഥുരയിൽ ചെയ്യാനുള്ളതുകൊണ്ട് നന്ദഗോപരെ സൽക്കരിച്ച് യാത്രയാക്കി.

ഏതാനും ദിവസങ്ങൾ കഴിഞ്ഞതിനുശേഷം ഉപനീതനായി സാന്ദീപിനിയുടെ ഗൃഹത്തിലെത്തി. അവിടെനിന്ന് അറുപത്തിനാലു വിദ്യകളും അഭ്യസിച്ചു.

യാദവരിൽ മുഖ്യനും പരമജ്ഞാനിയുമായ ഉദ്ധവരെ മന്ത്രിയായി നിയമിച്ചു. ഉദ്ധവരോട് ഗോകുലത്തിൽ പോയി തന്റെ വിയോഗത്തിൽ ദുഃഖിതരായ മാതാപിതാക്കന്മാരേയും പ്രേമപരവശരായ ഗോപികമാരേയും ആശ്വസിപ്പിക്കാൻ ശ്രീകൃഷ്ണൻ ഏൽപ്പിച്ചു. ഉദ്ധ

വർ അതുപ്രകാരം ചെയ്ത് മഥുരയിൽ മടങ്ങിവന്നു. ഗോകുലവാസികളുടെ പ്രേമമഹിമയെപ്പറ്റി ശ്രീകൃഷ്ണനെ അറിയിച്ചു.

തുടർന്ന് ശ്രീകൃഷ്ണൻ ജ്യേഷ്ഠനോടും ഉദ്ധവരോടും കൂടി അക്രൂരന്റെ ഗൃഹത്തിലേക്ക് ചെന്നു. അക്രൂരൻ കണ്ടപ്പോൾത്തന്നെ ആനന്ദമഗ്നനായി തീർന്നു. അക്രൂരൻ ശ്രീകൃഷ്ണനെ ആദരപൂർവ്വം അഭിസംബോധന ചെയ്തു. അപ്പോൾ ശ്രീകൃഷ്ണൻ അക്രൂരനോട് പറഞ്ഞു.

'സംപൂജ്യരായ അങ്ങ് ഹസ്തിനപുരത്തിൽ ചെന്ന് പാണ്ഡവരുടെ സ്ഥിതി അറിഞ്ഞുവന്നാലും. കാരണം അന്ധനും ദുഷ്ടപുത്രനുമായ ദുര്യോധനന് അധീനനായ ധൃതരാഷ്ട്രർ പാണ്ഡവരെ നോക്കുമെന്ന് തോന്നുന്നില്ല. ഇത്രയും പറഞ്ഞ് ശ്രീകൃഷ്ണൻ സ്വഭവനത്തിലേക്കു പോയി.

ജരാസന്ധൻ

ജരാസന്ധന്റെ പുത്രിമാരായിരുന്നു അസ്തി, പ്രാപ്തി എന്നീ പേരിലുള്ള കംസപത്നിമാർ. അവർ പിതാവിനെ സമീപിച്ച് ശ്രീകൃഷ്ണനെക്കൊണ്ടാണ് തങ്ങൾക്ക് വൈധവ്യം വന്നുചേർന്നത് എന്നറിയിച്ചു. ഇതുകേട്ട് കോപം മുഴുത്ത ജരാസന്ധൻ വലിയ ഒരു സൈന്യത്തോടുകൂടി മഥുരയെ വളഞ്ഞു. യാദൃച്ഛികമായി വന്നിറങ്ങിയ ദിവ്യരഥങ്ങളിൽ കയറി ബലരാമനും ശ്രീകൃഷ്ണനും സൈന്യസമേതനായി യുദ്ധത്തിന് പുറപ്പെട്ടു. അല്പസമയംകൊണ്ടുതന്നെ കൃഷ്ണൻ ജരാസന്ധന്റെ സൈന്യത്തെ മുഴുവൻ നശിപ്പിച്ചു. ജരാസന്ധൻ യുദ്ധത്തിൽ തോറ്റോടുകയാണ് ഉണ്ടായത്.

ഈ ഘട്ടത്തിൽ തന്റെ ബലത്തിൽ അഹങ്കരിച്ച കാലയവനൻ ശ്രീകൃഷ്ണനല്ലാതെ വേറെ ഒരുവനും താനുമായി ഏറ്റുമുട്ടാൻ ശക്തരായില്ല എന്ന് നാരദമഹർഷിയിൽനിന്ന് മനസ്സിലാക്കിയിട്ട് നല്ല ഒരു സൈന്യത്തോടുകൂടി മഥുരാപുരി വളഞ്ഞു. അപ്പോഴാണ് ശ്രീകൃഷ്ണന്റെ മനസ്സിൽ ഇങ്ങനെയൊരാശയം ഉദിച്ചത്.

'ഇന്നോ നാളെയോ ജരാസന്ധനും വന്നേക്കാം. അത് യാദവന്മാർക്ക് പ്രയാസം സൃഷ്ടിച്ചേക്കും. അതുകൊണ്ട് ദിവ്യമായ ഒരു പുരം വിശ്വകർമ്മാവിന്റെ സഹായത്താൽ സമുദ്രമധ്യത്തിൽ നിർമ്മിച്ചു യാദവന്മാരെ മുഴുവൻ അവിടെയാക്കാം.'

അങ്ങിനെ വിശ്വകർമ്മാവ് മഹാവിഷ്ണുവായ ശ്രീകൃഷ്ണന്റെ ആജ്ഞയനുസരിച്ച് സമുദ്രമധ്യത്തിൽ പന്ത്രണ്ടു യോജന വിസ്താരത്തിൽ ഒരു ദിവ്യപുരം നിർമ്മിച്ചു. അതിന് ദ്വാരക എന്ന് നാമകരണം നൽകി. ശ്രീകൃഷ്ണൻ തന്റെ യോഗശക്തിയാൽ ക്ഷണനേരംകൊണ്ട് പ്രജകളെ മുഴുവൻ അവിടേക്ക് കൊണ്ടുവന്നു.

കാർമേഘവർണ്ണനായി പീതാംബരാലംകൃതനായി ഓടുന്ന ശ്രീകൃഷ്ണനെ കണ്ട് കാലയവനൻ ഇത് മഹാവിഷ്ണുതന്നെയെന്നറിഞ്ഞ് പിന്നാലെ ഓടി. ഓടിക്കൊണ്ടിരിക്കവേ ഒരു പർവ്വതഗുഹയിൽ പ്രവേശിച്ച് മറഞ്ഞു. ഉള്ളിൽ കടന്നു നോക്കി. ആരെയും

കണ്ടില്ല. ഒടുവിൽ ഒരാൾ അവിടെ കിടന്ന് ഉറങ്ങുന്നതായി കണ്ടു. മഹാവിഷ്ണു വേഷം മാറി കിടക്കുകയാണെന്ന് ധരിച്ച് മാറത്തു ചവുട്ടി. ആ ഉറങ്ങിക്കൊണ്ടിരുന്ന മനുഷ്യൻ പതുക്കെ കൺതുറന്ന് നോക്കിയതോടുകൂടി കാലയവനൻ ഭസമമായിത്തീർന്നു. ആ മനുഷ്യൻ മുചുകുന്ദനെന്ന മഹാരാജാവായിരുന്നു. അദ്ദേഹം ദേവന്മാരും അസുരന്മാരും തമ്മിലുള്ള യുദ്ധത്തിൽ ദേവന്മാരെ സഹായിക്കുവാൻ ദേവലോകത്തിലെത്തി. അവിടെ ദീർഘകാലം ഉറക്കമില്ലാതെ യുദ്ധം ചെയ്തതിനാൽ യുദ്ധാവസാനം അങ്ങേയറ്റം ക്ഷീണിച്ചു. ദേവന്മാരുടെ അനുഗ്രഹത്തോടെ അദ്ദേഹം ഈ പർവ്വതഗുഹയിൽ ദീർഘകാലം ഉറങ്ങുകയായിരുന്നു. അദ്ദേഹത്തിന്റെ നിദ്രക്ക് ആരെങ്കിലും ഭംഗം വരുത്തിയാൽ ആ വ്യക്തി ഭസ്മമായി തീരും എന്ന ദേവന്മാരുടെ വരത്തിനാൽ നിദ്രാഭംഗം വരുത്തിയ കാലയവനൻ ഭസ്മായിത്തീർന്നു. തുടർന്ന് ശ്രീകൃഷ്ണൻ മുചുകുന്ദന് തന്റെ ജഗന്മോഹനമാർന്ന സ്വരൂപത്തെ കാണിച്ചുകൊടുത്തു. മുചുകുന്ദൻ ഭക്തിപൂർവ്വം ശ്രീകൃഷ്ണനെ നമസ്കരിച്ചു. മുചുകുന്ദൻ ഭഗവത് ധ്യാനത്തിനായി ശ്രീബദരിയാശ്രമത്തിലേക്ക് പോയി.

കൃഷ്ണൻ യവനസൈന്യത്തെ നശിപ്പിച്ച് ദ്വാരകയിലേക്ക് എഴുന്നെള്ളുമ്പോൾ ജരാസന്ധൻ സൈന്യസമേതം വീണ്ടും വന്ന് എതിരിട്ടു. ശ്രീകൃഷ്ണനാകട്ടെ, പ്രവർഷണപർവ്വതത്തിൽ കയറി അവിടെനിന്ന് ദ്വാരകയിലേക്ക് ചെന്നു. ജരാസന്ധനേയും ശ്രീകൃഷ്ണനേയും കാണപ്പെടാനും സാധിച്ചില്ല.

രുഗ്മിണീസ്വയംവരം

വിദർഭരാജാവായ ഭീഷ്മകന്റെ പുത്രിയായി ലക്ഷ്മീദേവി രുഗ്മിണീരൂപത്തിലവതരിച്ചു. രുഗ്മിണിയാകട്ടെ ശ്രീകൃഷ്ണന്റെ രൂപവീര്യഗുണങ്ങളെപ്പറ്റി കേട്ടറിഞ്ഞ് അദ്ദേഹത്തെത്തന്നെ തന്റെ വരനാക്കാൻ ആഗ്രഹിച്ചു. തന്റെ മകളെ ശ്രീകൃഷ്ണഭഗവാന് സമർപ്പിക്കാൻ ഭീഷ്മകൻ തുടങ്ങിയവർ ഏറെ ആഗ്രഹിച്ചു. സഹോദരൻ രുഗ്മിയാകട്ടെ ശിശുപാലനിൽ പ്രത്യേകം താല്പര്യം വെച്ച് രുഗ്മിണിയെ ശിശുപാലന് നൽകാൻ തീരുമാനിച്ചു. ഈ വർത്തമാനമറിഞ്ഞ് രുഗ്മിണിയും ബന്ധുക്കളും അങ്ങേയറ്റം വ്യസനിച്ചു. ഉടനെ രുഗ്മിണി വിശ്വസ്തനായ ഒരു ബ്രാഹ്മണൻ വഴി സന്ദേശവുമായി ശ്രീകൃഷ്ണന്റെ അടുത്തേക്കയച്ചു. ദ്വാരകയിലെത്തിയ ബ്രാഹ്മണനെ കണ്ടയുടനെ സിംഹാസനത്തിൽനിന്നും ചാടിയെണീറ്റ് ഭക്തിപൂർവ്വം എതിരേറ്റു. ശ്രീകൃഷ്ണൻ ബ്രാഹ്മണന്റെ ആഗമനോദ്ദേശ്യം ആരാഞ്ഞപ്പോൾ രുഗ്മിണിയുടെ സന്ദേശമറിയിച്ചു.

'അവിടുത്തെ ദിവ്യഗുണങ്ങളെയും മോഹനമാർന്ന സ്വരൂപത്തെയും പറ്റി ശ്രവിച്ച് എന്റെ ചിത്തം ഭഗവാനിൽ അത്യാസക്തമായി തീർന്നിരിക്കുന്നു. ഇവളാൽ അങ്ങ് പതിയായി വരിക്കപ്പെട്ടിരിക്കുകയാണ്. അതുകൊണ്ട് ഇവളെ സ്വീകരിച്ചാലും. അങ്ങ് സൈന്യസമേതനായി വന്ന് ശിശുപാലസൈന്യത്തെ മർദ്ദിച്ച് ഒതുക്കി എന്നെ അപഹരിച്ചാലും. വിവാഹത്തിന്റെ ഭാഗമായി ദേവീദർശനത്തിന് അംബികാഗൃഹത്തിലേക്ക് ഒരു യാത്രയുണ്ടാവും. മടക്കത്തിൽ ബന്ധുക്കളെ ഹനിക്കാതെ തന്നെ ഇവളെ വരിക്കാനുള്ള സ്വാതന്ത്ര്യം ലഭിക്കും. ഇനി കാര്യത്തിൽ അങ്ങ് യുക്തംപോലെ ചെയ്താലും.' എന്നും അറിയിച്ചു.

കൃഷ്ണൻ രുഗ്മിണിയുടെ സന്ദേശം കേട്ട് 'ഞാൻ അതുപോലെ തന്നെ രുഗ്മിണിയിൽ പ്രേമബന്ധനായിരിക്കുകയാണ്. അതുകൊണ്ട് തീർച്ചയായും ദേവിയെ കൊണ്ടുവരുന്നുണ്ട് ' എന്നും അറിയിച്ചു.

ഉടൻ ശ്രീകൃഷ്ണന്റെ ആജ്ഞയോടെ ദാരുകൻ തേർ ഒരുക്കിയിട്ട് ബ്രാഹ്മണനെ കയറ്റി തേരിൽ കയറി ഒരു രാത്രികൊണ്ട് വിദർഭയിലെത്തി. ഭീഷ്മകൻ പുത്രിയുടെ വിവാഹത്തിന്റെ ഭാഗമായി ധാരാളം പുണ്യകർമ്മങ്ങൾ ചെയ്യിച്ചു. ശിശുപാലനും വേണ്ട കാര്യങ്ങൾ നിർവ്വഹിച്ച് സൈന്യസമേതനായി കുണ്ഡിനത്തിലെത്തി. ഭീഷ്മകൻ ആദ്യം വരന് ഉദ്ദേശിച്ച ഗൃഹത്തിലല്ല. മറ്റൊരു ഗൃഹത്തിലാണ് ശിശുപാലൻ തുടങ്ങിയവരെ പാർപ്പിച്ചിരുന്നത്. ബലരാമനാകട്ടെ, ശ്രീകൃഷ്ണൻ പോയ കാര്യമറിഞ്ഞ് യാദവസൈന്യത്തോട് കൂടി കുണ്ഡിനത്തിലേക്ക് എത്തി.

കൃഷ്ണന്റെ വരവ് കൊതിച്ചുകൊണ്ടിരുന്ന രുഗ്മിണി ദൗത്യമേൽപ്പിച്ച ബ്രാഹ്മണൻപോലും വിവരവുമായി തിരിച്ചെത്താത്തതിൽ അങ്ങേയറ്റം ദുഃഖിതയായിത്തീർന്നു. ഭഗവത് ചിന്തകളിൽത്തന്നെ ലയിച്ച രുഗ്മിണി അല്പമൊന്ന് മയങ്ങിപ്പോയി. ഉടൻ ദേവിയുടെ ഇടതുകണ്ണ് തുടിച്ചു. കണ്ണുതുറന്ന് നോക്കിയപ്പോൾ സന്തോഷവാനായി തനിക്ക് അഭിമുഖമായി വരുന്ന ബ്രാഹ്മണനെ കണ്ടു. അദ്ദേഹം ശ്രീകൃഷ്ണന്റെ സന്ദേശം ദേവിയെ അറിയിക്കുകയും ചെയ്തു.

രാമകൃഷ്ണന്മാർ വിവാഹോത്സവത്തിന് വന്നതറിഞ്ഞ ഭീഷ്മകൻ അവരെ സസന്തോഷം ഭക്തിപൂർവ്വമെതിരേറ്റു. അവിടെ കൊട്ടാരത്തിൽ താമസത്തിന് സജ്ജമാക്കി. വിദർഭനിവാസികൾ മോഹനരൂപമാർന്ന ശ്രീകൃഷ്ണനെ കണ്ട് ഈ കൃഷ്ണൻ തന്നെ രുഗ്മിണിദേവിയെ വരിക്കട്ടെ എന്ന് പ്രാർത്ഥിച്ചു.

ഈ വേളയിലാണ് രുഗ്മിണീദേവി ഭഗവത്പാദ പത്മങ്ങൾ മനസ്സിൽ ധ്യാനിച്ചുകൊണ്ട് അംബികാദർശനത്തിനായി ദേവീക്ഷേത്രത്തിൽ പോകുന്നത് ശ്രീകൃഷ്ണഭഗവാൻ തന്റെ പതിയായിത്തീരുവാൻ പ്രാർത്ഥിച്ചു. ദേവി തന്റെ തോഴിയുടെ കരം പിടിച്ച് ക്ഷേത്രത്തിൽനിന്ന് മടങ്ങി. ലോകൈകസുന്ദരിയായ ലക്ഷ്മീദേവി വരുന്നതു കണ്ട് രാജാക്കന്മാരെല്ലാം മോഹിച്ചുനിൽക്കവേ രുഗ്മിണിദേവി ശ്രീകൃഷ്ണനെവിടെ എന്നറിയുവാൻ ചുറ്റും ഒന്നു നോക്കി. ഉടനെ ശ്രീകൃഷ്ണൻ വന്ന് രുഗ്മിണീദേവിയെ അപഹരിച്ചു തന്റെ രഥത്തിൽ കയറ്റി യാത്രയായി.

ഇത് സഹിക്കാനാവാതെ ജരാസന്ധൻ തുടങ്ങിയവർ ആയുധങ്ങളുമായി യുദ്ധത്തിന് സജ്ജമായി. അതിനിടെ രുഗ്മി ക്രോധം

പൂണ്ട് ശ്രീകൃഷ്ണനെ നിഗ്രഹിച്ച് സഹോദരിയെ കൊണ്ടുവന്ന് സുഖമായി മടങ്ങാൻ തീരുമാനിച്ചു. പക്ഷെ, അതു ഫലിച്ചില്ല. മാത്ര മല്ല രുഗ്മി അവിടെ ബന്ധനത്തിൽ പെടുകയും ചെയ്തു. അപ്പോ ഴാണ് ബലരാമനും സംഘവും ശത്രുസൈന്യത്തെ നശിപ്പിച്ച് അവി ടെയെത്തിയത്. രുഗ്മിയെ ബന്ധിച്ചതുകണ്ട് ബലരാമൻ ബന്ധു ക്കളെ ഇപ്രകാരം ചെയ്യുന്നത് യുക്തമല്ല എന്നു പറഞ്ഞ് ഉടൻ കെട്ട ഴിച്ചുവിട്ടു. ശ്രീകൃഷ്ണൻ പിന്നീട് രുഗ്മിണിയെ ദ്വാരകയിൽ കൊണ്ടു വന്ന് അവളെ വിധിപ്രകാരം വിവാഹം കഴിച്ചു. രുഗ്മിണീസമേത നായ ശ്രീകൃഷ്ണനെ ദർശിച്ച ദ്വാരകാവാസികൾ അങ്ങേയറ്റം ആന ന്ദിച്ചു.

പ്രദ്യുമ്നനും ശംബരാസുരനും

പരമശിവന്റെ കോപാഗ്നിയിൽ ദഹിക്കപ്പെട്ട് കാമദേവൻ ശ്രീകൃഷ്ണന്റെ പുത്രനായി രുഗ്മിണിയിൽ ആവിർഭവിച്ചു. പ്രദ്യുമ്നൻ എന്ന പേരിലുള്ള ആ പുത്രൻ സർവ്വലക്ഷണങ്ങൾകൊണ്ടും ശ്രീകൃഷ്ണന് സദൃശനായിത്തീർന്നു. തന്റെ ശത്രു ജനിച്ചിട്ടുണ്ടെന്നറിഞ്ഞ ശംബരാസുരൻ പ്രസവിച്ചതിനുശേഷം ആറാമത്തെ ദിവസം ഈ പുത്രനെ തന്റെ മായകൊണ്ട് അപഹരിച്ച് കടലിൽ എറിഞ്ഞു. സർവ്വവുമറിയുന്ന ശ്രീകൃഷ്ണൻ മാനുഷഭാവത്തിൽ ഒന്നുമറിയാത്തതായി നടിച്ചു. കുട്ടിയെ കടലിൽ കൊണ്ടെറിഞ്ഞപ്പോൾ ഒരു വലിയ മത്സ്യം ആ കുട്ടിയെ വിഴുങ്ങി. മുക്കുവൻ യാദൃച്ഛികമായി ആ മത്സ്യത്തെ പിടിക്കുവാനിടയായി. അതിനെ ആ മുക്കുവൻ ശംബരന് കാഴ്ചവെച്ചു. ഭക്ഷണമുണ്ടാക്കുന്നവർ ആ മത്സ്യത്തെ കീറിയപ്പോൾ അതിന്റെ ഉദരത്തിൽ അതികോമളനായ ഒരു കുട്ടിയെ കണ്ടു. ആശ്ചര്യഭരിതരായ അവർ ഈ വിവരം ഭക്ഷണശാലയുടെ മേൽനോട്ടം വഹിച്ചിരുന്ന മായാവതിയെ അറിയിച്ചു. ഈ കാഴ്ച കണ്ട് ശങ്കപൂണ്ട അവളുടെ മുന്നിൽ നാരദമഹർഷി വന്ന് എല്ലാ വിവരങ്ങളും അറിയിച്ചു. കാമദേവന്റെ പത്നിയായ രതീദേവിയായിരുന്നു മായാവതീവേഷത്തിൽ അവിടെ നിന്നിരുന്നത്. ഈ കുട്ടി സാക്ഷാൽ തന്റെ ഭർത്താവാണെന്ന് അറിഞ്ഞ് മായാവതി അവനെ അങ്ങേയറ്റം സ്നേഹിച്ചു വളർത്തിപ്പോന്നു.

കുട്ടിയായ പ്രദ്യുമ്നൻ വളരെ വേഗത്തിൽ യൗവനത്തിലെത്തി. സുന്ദരഗാത്രനായ അദ്ദേഹത്തെ രതീദേവി ഭർതൃഭാവത്തിൽ സമീപിക്കുന്നത് എന്ത് എന്ന് പ്രദ്യുമ്നൻ ചോദിച്ചപ്പോൾ രതീദേവി എല്ലാ വിവരവും പറഞ്ഞുകൊടുത്തു. മാത്രമല്ല, അവിടുത്തെ മാതാവായ രുഗ്മിണീദേവി പുത്രവിരഹത്താൽ അത്യധികം ദുഃഖിച്ചുകൊണ്ടാണ് ദിവസങ്ങൾ കഴിക്കുന്നത്. അതുകൊണ്ട് ശംബരാസുരനെ വേഗത്തിൽ വധിച്ച് നമുക്ക് ദ്വാരകയിലേക്ക് പോവാമെന്നും രതീദേവി അറിയിച്ചു. അങ്ങിനെ പ്രദ്യുമ്നൻ ശംബരാസുരനുമായി

ഘോരയുദ്ധം നടത്തി. ഈ യുദ്ധത്തിൽ ആ അസുരനെ വധിച്ച് പ്രദ്യുമ്നൻ രതീദേവിയോടുകൂടി ആകാശമാർഗ്ഗത്തിലൂടെ ദ്വാരക യിലെത്തി. ദമ്പതികളായ പ്രദ്യുമ്നനെയും രതീദേവിയെയും കണ്ട് ദ്വാരകയിലുള്ളവർ ആശ്ചര്യപ്പെട്ടു. നാരദമഹർഷി വന്ന് വിവരങ്ങ ളെല്ലാം അറിയിച്ചു. ദ്വാരകാവാസികളെല്ലാം അങ്ങേയറ്റം സന്തോ ഷിച്ചു. മാതാവായ രുഗ്മിണീദേവി, പിതാവായ ശ്രീകൃഷ്ണൻ, വസു ദേവ-ദേവകിമാർ, ബലരാമൻ തുടങ്ങി സർവ്വരും ആ ദമ്പതിമാരെ സ്നേഹനിർഭരമായി സമാലിംഗനം ചെയ്തു.

സ്യമന്തകകഥ

സത്രാജിത്ത് എന്നുപേരായ ഒരു യാദവപ്രഭു ഉണ്ടായിരുന്നു. അദ്ദേഹത്തിന്റെ ഭക്തിപൂർവ്വമുള്ള ആരാധനയിൽ സൂര്യദേവൻ സന്തുഷ്ടനായി സ്യമന്തകരത്നം അദ്ദേഹത്തിന് നൽകി. അത് കഴുത്തിൽ ധരിച്ച് അദ്ദേഹം ശ്രീകൃഷ്ണദർശനത്തിനായി ദ്വാരകയിൽ വന്നു. ശ്രീകൃഷ്ണനാകട്ടെ മാനുഷികസഹജമായ ചിന്തയോടെ ആ രത്നം യാചിച്ചു. പക്ഷെ, സത്രാജിത്ത് അതിന് തയ്യാറായില്ല.

അതിനുശേഷം ഒരിക്കൽ സത്രാജിത്തിന്റെ സഹോദരനായ പ്രസേനൻ ആ രത്നവും ധരിച്ച് നായാട്ടിനുപോയി. അപ്പോൾ ഒരു സിംഹം പ്രസേനനേയും കുതിരയേയും കൊന്ന് ആ സ്യമന്തകം കടിച്ചെടുത്ത് പോയി. വഴിക്കുവെച്ച് ജാംബവാൻ സിംഹത്തെ വധിച്ച് ആ രത്നം എടുത്ത് തന്റെ കുട്ടിക്ക് കളിക്കുവാൻ കൊടുത്തു. പ്രസേനനെ കാണാതെ പരിഭ്രമിച്ച സത്രാജിത്ത് ശ്രീകൃഷ്ണനാണ് പ്രസേനനെ വധിച്ച് രത്നം അപഹരിച്ചതെന്ന് പറഞ്ഞുപരത്തി. ഇതറിഞ്ഞ ശ്രീകൃഷ്ണൻ ജനങ്ങളേയും കൂട്ടി പ്രസേനനെ അന്വേഷിച്ച് പുറപ്പെട്ടു. പ്രസേനനെ ഒരു സിംഹം വധിച്ചതും സിംഹത്തെ ഒരു വാനരൻ കൊന്നതും ജനങ്ങളെ ബോധ്യപ്പെടുത്തി. ആ വാനരന്റെ കാല്പ്പാട് അനുഗമിച്ച് ഒരു ഗുഹാകവാടത്തിൽ എത്തി. ജനങ്ങളെ പുറത്തുനിറുത്തി അന്ധകാരാവൃതമായ ആ ഗുഹയിൽ ശ്രീകൃഷ്ണൻ പ്രവേശിച്ചു. അത് വിഷ്ണുഭക്തനായ ജാംബവാൻ വസിക്കുന്ന ഗുഹാകവാടമായിരുന്നു.

ആരോ രത്നം അപഹരിക്കുവാൻ ഗുഹാകവാടത്തിൽ വന്നിരിക്കുന്നു എന്നറിഞ്ഞ് ക്രുദ്ധനായ ആ വാനരൻ ഓടിവന്ന്, 'ഹേ രഘുപതേ, ഹരേ, ജയിച്ചാലും' എന്ന് ജപിച്ചുകൊണ്ട് ശ്രീകൃഷ്ണനെ അർച്ചിക്കുവാൻ തുടങ്ങി. ആ ഭക്തന്റെ ഓരോ മുഷ്ടികൊണ്ടുള്ള അടിയും ശ്രീകൃഷ്ണാരാധനയായി തീർന്നു. മാത്രമല്ല കരുണാനിധിയായ തന്റെ സ്വാമിതന്നെ അനുഗ്രഹിക്കാൻ വന്നിരിക്കുകയാണ് എന്ന് മഹാഭാഗവതനായ ജാംബവാന് ബോധമുദി

ച്ചു. ഉടൻ ആ ഭക്തോത്തമൻ ശ്രീകൃഷ്ണന്റെ പാദങ്ങളിൽ നമസ്ക്കരിച്ചു. മഹാവിഷ്ണുവായ ശ്രീകൃഷ്ണൻ അദ്ദേഹത്തെ അനുഗ്രഹിക്കുകയും ചെയ്തു. അതിനുശേഷം ജാംബവാൻ സ്വപുത്രിയായ ജാംബവതിയെ സ്യമന്തക രത്നത്തോടൊപ്പം ശ്രീകൃഷ്ണന് സമർപ്പിച്ചു. പന്ത്രണ്ടുദിവസങ്ങൾ കഴിഞ്ഞിട്ടും ശ്രീകൃഷ്ണൻ നേരത്തെ പോയ ഗുഹയിൽനിന്നും പുറത്തു വരുന്നില്ലെന്ന് കണ്ട് അത്യന്തം ദുഃഖം പൂണ്ട ജനങ്ങൾ ദ്വാരകയിലേക്കുതന്നെ മടങ്ങി വിവരം വസുദേവർ തുടങ്ങിയവരെ അറിയിച്ചു. അവരാകട്ടെ ശ്രീകൃഷ്ണൻ തിരിച്ചുവരാൻ വേണ്ടി ദുർഗാദേവിയെ പൂജിച്ചു. ആ വേളയിലാണ് ശ്രീകൃഷ്ണൻ സ്യമന്തകരത്നം വീണ്ടെടുത്ത് ജാംബവതിയോട്കൂടി അവിടെ എത്തുന്നത്. ഇതുകണ്ട് സർവ്വരും ആനന്ദിച്ചു. ശ്രീകൃഷ്ണനാകട്ടെ, സത്രാജിത്തിനെ വിവരങ്ങളെല്ലാം അറിയിച്ചു. ആ രത്നവും കൊടുത്തയച്ചു. സത്രാജിത്തിന്റെ മനസ്സിൽ അങ്ങേയറ്റം പശ്ചാത്താപമുളവായി. തന്റെ പാപശാന്തിക്കായി അദ്ദേഹം തന്റെ പ്രിയപുത്രിയായ സത്യഭാമയേയും പ്രസ്തുത സ്യമന്തകരത്നവും ശ്രീകൃഷ്ണന് സമർപ്പിച്ചു. സത്യഭാമയെ സ്വീകരിച്ച ശ്രീകൃഷ്ണൻ സ്യമന്തകരത്നവും സ്വീകരിച്ചു.

ബാണാസുരനും പരമശിവനും

മഹാനായ മഹാബലിക്ക് ബാണൻ എന്ന ഒരു പുത്രനുണ്ടായി. ശിവഭക്തനായ അദ്ദേഹം ശോണിതപുരത്തിൽ രാജാവായി നില കൊണ്ടു. അദ്ദേഹം ഒരിക്കൽ പരമശിവനെ തപസ്സു ചെയ്തു. പ്രീതി പൂണ്ട ശിവനോട് തന്റെ പുരത്തിൽ കാവൽ നിൽക്കാൻ ആവശ്യ പ്പെട്ടു. അങ്ങിനെ പരമശിവന്റെ കാരുണ്യാതിശയത്താൽ ദേവന്മാർ പോലും അദ്ദേഹത്തിന് കിങ്കരന്മാരെപ്പോലെ വർത്തിച്ചു.

ഒരിക്കൽ തന്റെ വീര്യത്തിൽ അഹങ്കരിച്ച ബാണൻ ശിവനെ വന്ദിച്ചുകൊണ്ട് പറഞ്ഞു.

'ഭഗവാനായ അങ്ങ് പ്രീതിപൂണ്ട് എനിക്ക് ആയിരം കൈകൾ തന്നു. യുദ്ധം ചെയ്താൽ കൊള്ളാമെന്ന് അതിയായ ആഗ്രഹമു ണ്ടെങ്കിലും ആരും യുദ്ധത്തിന് വരുന്നില്ല. ആ സ്ഥിതിക്ക് അങ്ങു തന്നെ എന്നോട് കിടപിടിച്ചാലും.'

ഇതുകേട്ട പരമശിവൻ നിന്റെ കൊടിമരം എന്ന് ഭഗ്നമായി തീരു ന്നുവോ അന്ന് നിനക്ക് പരാജയമായിരിക്കും ഫലം എന്ന് പ്രവ ചിച്ചു.

ഒരുദിനം ബാണന്റെ പുത്രിയായ ഉഷ ശ്രീകൃഷ്ണന്റെ പൗത്ര നായ അനിരുദ്ധനെ സ്വപ്നത്തിൽ കണ്ടു. അവനെ ആഗ്രഹിച്ചു. ഉണർന്നപ്പോൾ അദ്ദേഹത്തെ കാണാൻ സാധിക്കാതെ വന്നു. വിര ഹദുഃഖം അനുഭവിച്ചു. അപ്പോൾ അവളുടെ സഖിയായ ചിത്രലേഖ ധാരാളം ചിത്രങ്ങൾ കാണിച്ചുകൊടുത്തു. അതിൽ അവളുടെ പ്രിയനെ തിരിച്ചറിയുവാൻ സാധിക്കുകയും ചിത്രലേഖയുടെ യോഗ ശക്തിയിൽ പ്രിയനായ അനിരുദ്ധനെ ദ്വാരകയിൽനിന്ന് കൊണ്ടു വരികയും അവളെ കാണിക്കുകയും ചെയ്തു. പ്രീതിപൂണ്ട അവൾ അദ്ദേഹത്തോടുകൂടി അന്തഃപ്പുരത്തിൽ സുഖമായി കഴിഞ്ഞു. ഈ വൃത്താന്തമറിഞ്ഞ് കുപിതനായ ബാണൻ പെട്ടെന്ന് അന്തഃപുര ത്തിൽ വന്നപ്പോൾ ഉഷയോടുകൂടി ചൂതു കളിച്ചുകൊണ്ടിരിക്കുന്ന അനിരുദ്ധനെ കാണാനിടയായി. തുടർന്ന് ബാണനും അനിരുദ്ധനും

തമ്മിൽ ഘോരയുദ്ധം നടന്നു. ബാണന്റെ സൈന്യങ്ങളെല്ലാം അനിരുദ്ധനുമായുള്ള ഏറ്റുമുട്ടലിൽ തോറ്റ് ഓടി. അവസാനം ബാണൻ നാഗപാശത്താൽ അനിരുദ്ധനെ ബന്ധിച്ചു. ഈ വിവരമറിഞ്ഞ ഉഷ വിഷാദത്തിലായിത്തീർന്നു.

അനിരുദ്ധനെ പെട്ടെന്ന് അവിടെ കാണാതായതിൽ ദ്വാരകയിലുള്ളവർ അങ്ങേയറ്റം വിഷാദിച്ചു. സർവ്വജ്ഞനായ ശ്രീകൃഷ്ണനാകട്ടെ ഒന്നുമറിയാത്ത ഭാവം നടിച്ചു. ശ്രീനാരദനിൽനിന്ന് വൃത്താന്തമറിഞ്ഞ ബലരാമൻ, ശ്രീകൃഷ്ണൻ തുടങ്ങിയവർ യാദവന്മാരോടൊപ്പം അവിടേക്ക് പുറപ്പെട്ടു. അവിടെ യാദവസൈന്യത്തെ കണ്ട് ബാണാസുരനും യുദ്ധസന്നദ്ധരായി സൈന്യസമേതം പുറപ്പെട്ടു. അപ്പോൾ അവിടെ ശിവനും സുബ്രഹ്മണ്യസമേതനായി ബാണാസുരനെ സഹായിക്കാനെത്തി. അതിഘോരമായ യുദ്ധമാരംഭിച്ചപ്പോൾ ശ്രീകൃഷ്ണനും ശിവനും തമ്മിലും പ്രദ്യുമ്നനും സുബ്രഹ്മണ്യനും തമ്മിലും യുദ്ധം സംഭവിച്ചും. ദിവ്യാസ്ത്രങ്ങൾ അന്യോന്യം പ്രയോഗിക്കപ്പെട്ടു. ശ്രീകൃഷ്ണൻ ജൃംദകാസ്ത്രം കൊണ്ട് ശിവനെ മോഹിപ്പിച്ചു. ബാണൻ അഞ്ഞൂറു വില്ലുകളിൽ ഒരുമിച്ച് അസ്ത്രങ്ങൾ തൊടുത്തുവിട്ടു. ശ്രീകൃഷ്ണൻ അവയെല്ലാം ഛേദിച്ചു. സാരഥിയെയും രഥവും നശിപ്പിച്ചു. പാഞ്ചജന്യം മുഴക്കിയപ്പോൾ ബാണൻ ഭയചകിതനായി തന്റെ പുരത്തിലേക്ക് ഓടി.

തുടർന്ന് ജൈവായുധങ്ങളുടെ ഒരു നിരയാണ് ശിവൻ എതിർപക്ഷത്തെ സൈന്യങ്ങൾക്കുനേരെ ശൈവജ്വരം ഉളവാക്കിയപ്പോൾ ശ്രീകൃഷ്ണന്റെ വൈഷ്ണവജ്വരം അതിനോടെതിർത്തു. രണ്ടു ജ്വരങ്ങളും പരസ്പരം ഘോരമായി യുദ്ധം ചെയ്തു. ഒടുവിൽ ശൈവജ്വരം വൈഷ്ണവജ്വരത്തിനാൽ പീഡിക്കപ്പെട്ട് ശ്രീകൃഷ്ണനെത്തനെ ശരണം പ്രാപിച്ചു. തുടർന്ന് ശ്രീകൃഷ്ണൻ ചക്രം കൊണ്ട് ബാണന്റെ കൈകൾ മുറിക്കുവാൻ തുടങ്ങി.

ഒടുവിൽ പരമശിവൻ കൃഷ്ണനെ സ്തുതിക്കുവാൻ തുടങ്ങി. തുടർന്ന് ശിവൻ ഇപ്രകാരം കൂടി അഭ്യർത്ഥിച്ചു.

ബാണൻ എന്റെ ഭക്തനാണ്. ഇവന് ഞാൻ അഭയം നൽകി. പ്രഹ്ലാദനിലെന്നപോലെ ഇവനിൽ അവിടുത്തെ കൃപാകടാക്ഷമുണ്ടാകട്ടെ.'

ഇതുകേട്ട് ശ്രീകൃഷ്ണൻ, 'ഹേ ഭഗവാൻ പ്രഹ്ലാദകുലത്തിൽ പെട്ട ഒരാൾ എനിക്ക് വധിക്കപ്പെടാൻ അർഹനല്ല. ഇവന്റെ അഹങ്കാരം

ശമിപ്പിക്കുവാൻ വേണ്ടിമാത്രമാണ് ഇവന്റെ കൈകൾ ഛേദിച്ചത്. നാലുകൈകൾ ഇവന് അവശേഷിക്കും' എന്നറിയിച്ചു.

ഒടുവിൽ ബാണൻ മഹാവിഷ്ണുവായ ശ്രീകൃഷ്ണനെ വന്ദിച്ചു. ക്ഷമാപണം ചെയ്തു. അനിരുദ്ധനെ ഉഷയോടുകൂടി ശ്രീകൃഷ്ണന് അർപ്പിച്ചു. തുടർന്ന് അവർ ദ്വാരകയിൽ ചെന്നു.

ശ്രീകൃഷ്ണനും രാജസൂയ യജ്ഞവും

ഒരുദിവസം ശ്രീകൃഷ്ണൻ ഉദ്ധവൻ തുടങ്ങിയവരോടൊപ്പം സഭയിൽ എഴുന്നെള്ളി. സിംഹാസനാരൂഢനായിരിക്കെ ഒരു ദൂതൻ വന്ന് ഭഗവാനെ വന്ദിച്ചു. ജരാസന്ധപീഡിതന്മാരായ രാജാക്കന്മാരുടെ സങ്കടമുണർത്തിച്ചു. ആ വേളയിലാണ് നാരദമഹർഷി അവിടെ ആവിർഭവിച്ചു. കുശലപ്രശ്നങ്ങൾക്കുശേഷം ധർമ്മപുത്രർ ഒരു രാജസൂയയജ്ഞം ചെയ്യുവാനാഗ്രഹിക്കുന്നു എന്നും ഇതിനായി അങ്ങയെ ക്ഷണിക്കുവാനായിട്ടാണ് താൻ ഇവിടെ വന്നിരിക്കുന്നത് എന്നും അറിയിച്ചു. അപ്പോൾ ശ്രീകൃഷ്ണൻ ഉദ്ധവരോട് എവിടേക്കാണ് ആദ്യം പോകേണ്ടത് എന്നു ചോദിച്ചു. ഒരു ഭാഗത്ത് രാജാക്കന്മാരെ രക്ഷിക്കേണ്ടത് അത്യാവശ്യം. അതേസമയം ഉറ്റവരായ ധർമ്മപുത്രരുടെ കാര്യത്തിനും പോകേണ്ടതുണ്ട്. ഇപ്പോൾ ധർമ്മപുത്രന്റെ രാജസൂയത്തിന് പുറപ്പെടുകയാണ് വേണ്ടതെന്ന് ഉദ്ധവർ പറഞ്ഞു. രാജസൂയത്തിന്റെ പൂർവ്വാംശമായി എല്ലാ രാജാക്കന്മാരെയും ജയിക്കേണം. കൂട്ടത്തിൽ ജരാസന്ധനെ ഭീമൻ വധിച്ചുകൊള്ളും. ഉദ്ധരവരുടെ ഈ അഭിപ്രായത്തെ എല്ലാവരും പ്രശംസിച്ചു. അനന്തരം ഇന്ദ്രപ്രസ്ഥത്തിലേക്കുള്ള യാത്രക്ക് ശ്രീകൃഷ്ണൻ ആജ്ഞ കൊടുത്തു. ജരാസന്ധനെ നിഗ്രഹിച്ച് ഉടൻ അനുഗ്രഹിക്കുന്നുണ്ട് എന്നൊരു സന്ദേശം ദൂതൻ വഴി രാജാക്കന്മാർക്ക് അയച്ചു.

ശ്രീകൃഷ്ണന്റെ വരവറിഞ്ഞ് സന്തോഷഭരിതനായ യുധിഷ്ഠിരൻ ആചാര്യന്മാരോടും ബന്ധുജനങ്ങളോടും കൂടി ആ മഹാത്മാവിനെ എതിരേറ്റു.

ശ്രീകൃഷ്ണൻ പാണ്ഡവരെ സന്തോഷിപ്പിച്ചുകൊണ്ട് ഏതാനും മാസങ്ങൾ അവിടെ വസിച്ചു. ഒരുദിവസം യുധിഷ്ഠിരൻ രാജസൂയം കൊണ്ട് അങ്ങയെ ആരാധിക്കാനാഗ്രഹിക്കുന്നു. ഈയുള്ളവനെ അനുഗ്രഹിച്ചാലും. എന്ന് അപേക്ഷിച്ചു. ശ്രീകൃഷ്ണന്റെ അനുഗ്രഹം കിട്ടിയ ധർമ്മപുത്രർ സഹോദരന്മാരെ ദ്വിഗ് വിജയത്തിനയച്ചു.

അനന്തരം കൃഷ്ണനും ഭീമനും അർജ്ജുനനും കൂടി ജരാസന്ധന്റെ സമീപത്തേക്ക് ബ്രാഹ്മണവേഷത്തിൽ പുറപ്പെട്ടു. ജരാസന്ധനോട് തങ്ങളുടെ ആഗ്രഹം സാധിപ്പിക്കാനപേക്ഷിച്ചു. തന്റെ ദാനശീലത്തിലഭിമാനം പൂണ്ട ജരാസന്ധൻ സമ്മതം കൊടുക്കുകയും ചെയ്തു. ഞങ്ങൾക്ക് ദ്വന്ദയുദ്ധമാണ് വേണ്ടതെന്ന് ശ്രീകൃഷ്ണൻ ആവശ്യപ്പെട്ടു. അങ്ങിനെ അവർ സ്വയം പരിചയപ്പെടുത്തുകയും ചെയ്തു. ഇതുകേട്ട് ജരാസന്ധൻ നിസ്സാരഭാവത്തിൽ ഉറക്കെ ചിരിക്കുകയും പിന്നെ ഘോരമായ ദ്വന്ദയുദ്ധം നടന്നു. ഈ യുദ്ധം ദിവസങ്ങളോളം നീണ്ടുനിന്നിട്ടും ജയപരാജയങ്ങൾ സംഭവിച്ചില്ല. അവസാനം കൃഷ്ണൻ തന്റെ ശക്തി ഭീമനിൽ സംക്രമിപ്പിച്ചു. അങ്ങിനെ ഒടുവിൽ ഭീമൻ ജരാസന്ധനെ വധിച്ചു. ജരാസന്ധന്റെ പുത്രനായ സഹദേവനെ രാജാവാക്കി വാഴിച്ചു. കാരാഗൃഹത്തിലുള്ള രാജാക്കന്മാരെയെല്ലാം മോചിപ്പിച്ചു. ശ്രീകൃഷ്ണന്റെ ആജ്ഞപ്രകാരം സഹദേവൻ ആ രാജാക്കന്മാരെയെല്ലാം വിധി പ്രകാരം സൽക്കരിച്ചു. ശ്രീകൃഷ്ണനാകട്ടെ, ഭീമാർജ്ജുനന്മാരോട് കൂടി ഇന്ദ്രപ്രസ്ഥത്തിലേക്ക് മടങ്ങി. യുധിഷ്ഠിരൻ ശ്രീകൃഷ്ണനെ ആദരപൂർവ്വം എതിരേറ്റു. തുടർന്ന് ശ്രീകൃഷ്ണന്റെ ആജ്ഞ ശിരസ്സാവഹിച്ച് യുധിഷ്ഠിരൻ രാജസൂയത്തിൽ ദ്വൈപാലനൻ, ഭരധ്വാജൻ, വസിഷ്ഠൻ, വിശ്വാമിത്രൻ, തുടങ്ങിയ ഋഷീശ്വരന്മാരെ ഋത്വിക്കുകളായി വരിച്ചു. അഗ്രപൂജക്ക് ആരെ വന്ദിക്കണമെന്ന് ചിന്ത വന്നു. സച്ചിദാനന്ദ മൂർത്തിയായ ശ്രീകൃഷ്ണനാണ് ഇതിനെല്ലാം കൊണ്ടും അർഹനെന്ന് സഹദേവൻ സദസ്സിൽ അറിയിച്ചു. ഇതുകേട്ട് എല്ലാവരും പ്രശംസിച്ചു. ഇതെല്ലാം കണ്ടും കേട്ടും നിന്നിരുന്ന ശിശുപാലന് സഹിച്ചില്ല. ഇതിൽ കോപം മുഴുത്ത ശിശുപാലൻ നീചവാക്കുകൾ കൊണ്ട് ശ്രീകൃഷ്ണനെ അധിക്ഷേപിച്ചു. ഇതുകേട്ട സദസ്യർ ചെവി പൊത്തി ശിവ ശിവ എന്ന് പറഞ്ഞുപോയി. സദസ്യരിൽ പലരും ആയുധങ്ങളെടുത്ത് ശിശുപാലന്റെ നേരെ പുറപ്പെട്ടപ്പോൾ ശ്രീകൃഷ്ണൻ അവരെ തടഞ്ഞു. അതിനുശേഷം അദ്ദേഹം തന്നെ തന്റെ സുദർശനചക്രമെടുത്ത് ശിശുപാലനെ വധിച്ചു.

കാരുണ്യവാനായ ശ്രീകൃഷ്ണൻ രാജസൂയയാഗപൂർത്തീകരണത്തിലൂടെ ധർമ്മപുത്രരുടെ ആഗ്രഹം സഫലമാക്കിത്തീർത്തും. കുറച്ചുകാലം അവിടെ താമസിച്ചതിനുശേഷം ദ്വാരകയിലേക്ക് മടങ്ങി. ദുര്യോധനൊഴികെ, അവിടെ കൂടിയ സർവ്വരും പ്രസ്തുതയാഗത്തെ

അങ്ങേയറ്റം പ്രകീർത്തിച്ചു. ധർമ്മപുത്രരുടെ മഹത്തായ ഐശ്വര്യത്തിൽ ദുര്യോധനന് ഈർഷ്യതോന്നി.

ഒരിക്കൽ രാജ്യസഭയിൽ എല്ലാവരും ഇരിക്കുകയായിരുന്നു. അപ്പോഴാണ് ദുര്യോധനൻ സഹോദരന്മാരോടുകൂടി അവിടെ തന്റെ പ്രഭാവത്തിനിണങ്ങിയ വേഷഭൂഷകളോടുകൂടി പ്രവേശിച്ചത്. ആ സഭാസ്ഥലത്ത് ജലസ്ഥലഭ്രമം ഉണ്ടാകാറുണ്ട്. വെള്ളമില്ലാത്തിടത്ത് വെള്ളമുണ്ടെന്നു കരുതി വസ്ത്രം ഉയർത്തിപ്പിടിച്ചു നടന്നു. വെള്ളമില്ലെന്നു കരുതി വസ്ത്രം അടിവരെ എത്തി നടന്നപ്പോൾ വെള്ളത്തിൽ മുങ്ങി. ഇതു കണ്ട് പാഞ്ചാലി ചിരിച്ചുപോയി. ദുര്യോധനൻ ലജ്ജിതനായി കോപം മുഴുത്ത് മടങ്ങിപ്പോയി.

ഭാരതയുദ്ധത്തിനുള്ള ഒരുക്കങ്ങൾ കണ്ട് ബലരാമൻ തീർത്ഥസ്നാനത്തിനെന്ന വ്യാജേന ആ പ്രദേശത്തുനിന്ന് യാത്രയായി. പല പുണ്യതീർത്ഥങ്ങളിലും സ്നാനം ചെയ്ത് പ്രഭാസത്തിലെത്തിയപ്പോഴാണ് ഭാരതയുദ്ധത്തിന്റെ തീവ്രത അറിയുന്നത്. കുരുക്ഷേത്രത്തിലെത്തിയപ്പോൾ ദുര്യോധനനും ഭീമനും തമ്മിലുള്ള ദ്വന്ദയുദ്ധത്തെക്കുറിച്ച് അറിയുന്നത്. അതില്ലാതാക്കാൻ ശ്രമിച്ചുനോക്കി. ഫലമുണ്ടായില്ല. എല്ലാം ഈശ്വരസങ്കല്പമെന്നു കരുതി ബലരാമൻ ദ്വാരകയിലേക്കും തുടർന്ന് നൈമിശാരണ്യത്തിലേക്കും സഞ്ചരിച്ചു.

കുചേലചരിതം

ശ്രീകൃഷ്ണന്റെ ഉത്തമസുഹൃത്തായ കുചേലൻ എന്ന പ്രസിദ്ധനായ ഒരു ഭാഗവതോത്തമനുണ്ടായിരുന്നു. അദ്ദേഹത്തിന്റെ പത്നിയും അദ്ദേഹത്തെപ്പോലെതന്നെ സാത്വികയും വിശുദ്ധമായ മനസ്സോടുകൂടിയവളുമായിരുന്നു. ദാരിദ്ര്യദുഃഖം അനുഭവിച്ചുകൊണ്ടിരിക്കുകയാണെങ്കിൽപോലും നിരന്തരം ഈശ്വരചിന്തയിൽ മുഴുകിയിരിക്കുന്നതിനാൽ അവരുടെ ദാരിദ്ര്യാവസ്ഥപോലും അവർക്ക് കാര്യമായി അനുഭവപ്പെട്ടിരുന്നില്ല എന്നത് ഒരു യാഥാർത്ഥ്യമാണ്.

ഒരുദിവസം അദ്ദേഹത്തിന്റെ പത്നി അദ്ദേഹത്തെ സമീപിച്ച് യദുകുല ശ്രേഷ്ഠനായി ശ്രീകൃഷ്ണനായി ദ്വാരകയിൽ ഭക്തന്മാരെ അനുഗ്രഹിച്ചുകൊണ്ട് ശോഭിക്കുന്നു. അദ്ദേഹം അങ്ങയുടെ പ്രിയസുഹൃത്താണല്ലോ. അതുകൊണ്ട് അങ്ങ് ദ്വാരകയിൽ ഒന്നു പോകുന്നത് നന്നായിരിക്കില്ലേ. ഇതോടെ നമ്മുടെ പ്രയാസങ്ങളെല്ലാം അവസാനിക്കുകയും ചെയ്യും.

പത്നിയുടെ ഈ അഭ്യർത്ഥനയെ മാനിച്ച് അവിടെ പോകുമ്പോൾ എന്തെങ്കിലും കാഴ്ചദ്രവ്യം വേണമല്ലോ. ഗൃഹത്തിലാണെങ്കിൽ ഒന്നുമില്ല. ഗൃഹങ്ങളിൽ പോയി ഭിക്ഷ യാചിച്ച അല്പം നെല്ലുമാത്രം കാണാനുണ്ട്. അതുകൊണ്ട് ഒരു നാലുപിടി അവിൽ ഉണ്ടാക്കി. ഒരു വസ്ത്രാഞ്ചലത്തിൽ കെട്ടിയെടുക്കാം എന്നു തീരുമാനിച്ചു. അങ്ങിനെ അദ്ദേഹം പുറപ്പെട്ടു. യാത്രയിൽ ശ്രീകൃഷ്ണനെക്കുറിച്ചുള്ള ചിന്തകളിൽ മുഴുകി മറ്റൊന്നുമറിയാതെ ആനന്ദപരവശനായി ദ്വാരകയിലെത്തി. അപ്പോൾ യോഗദൃഷ്ടിയാൽ അറിഞ്ഞ ശ്രീകൃഷ്ണനാകട്ടെ, കുചേലന്റെ വരവ് പ്രതീക്ഷിച്ചുകൊണ്ടിരിക്കുകയായിരുന്നു. കണ്ടയുടൻ ശ്രീകൃഷ്ണൻ ഓടി കുചേലന്റെ സമീപത്തെത്തി സന്തോഷാധിക്യത്താൽ ഗാഢമായി ആലിംഗനം ചെയ്തു. സാദരം ആനയിച്ച് തന്റെ തല്പത്തിലിരുത്തി. ധർമ്മപത്നിയായ രുഗ്മിണീദേവി ക്ഷീണിച്ചവശയായ കുചേലനെ ചാമരം കൊണ്ട് ഭക്തിപൂർവ്വം വീശികൊടുത്തു. തുടർന്ന് യഥാ

വിധി സൽക്കരിച്ചു. പണ്ട് ഗുരുകുലത്തിൽ ഒരുമിച്ച് പഠിച്ച കാലത്തെ സംഭവങ്ങളോരോന്നും പറയുവാൻ തുടങ്ങി. പണ്ട് വിറകിനായി കാട്ടിൽ പോയ വേളയിൽ ഗുരുഗൃഹത്തിൽ നിന്ന് കൊണ്ടുവന്ന ഭക്ഷണപ്പൊതി ശ്രീകൃഷ്ണനു നൽകാതെ കുചേലൻ തനിയെ തിന്നുകയുണ്ടായി. ഇത് കുചേലന്റെ മനസ്സിൽ തോന്നിയ ഒരു പശ്ചാത്താപമാണ്. മാത്രമല്ല, ചില വേളകളിൽ ഒരു രാത്രി മുഴു വൻ അങ്ങേയറ്റം വിറച്ചുകൊണ്ട് അന്യോന്യം കൈകോർത്തു പിടിച്ച് നടന്ന സംഭവങ്ങളെല്ലാം പറയാൻ തുടങ്ങി. അനന്തരം ശ്രീകൃ ഷ്ണൻ എന്തുപഹാരമാണ് എനിക്കായി കൊണ്ടുവന്നിട്ടുള്ളത് എന്നു ചോദിച്ചപ്പോൾ കുചേലന്റെ മനസ്സ് അസ്വസ്ഥമായി. എന്തു കൊണ്ടെന്നാൽ ഈ നിസ്സാരവസ്തു ലക്ഷ്മീപതിയായ ശ്രീകൃ ഷ്ണന് എങ്ങിനെ സമർപ്പിക്കുമെന്ന ചിന്ത കുചേലനെ അങ്ങേ യറ്റം അസ്വസ്ഥനാക്കി. അപ്പോൾ ശ്രീകൃഷ്ണന്റെ മനസ്സിൽ ഇങ്ങിനെ ഒരു ചിന്ത വന്നണഞ്ഞു.

'ഈ സുദാമാവ് ഐശ്വര്യങ്ങളിലൊന്നിലും താല്പര്യമില്ലാത്ത വനാണ്. ഇപ്പോൾ ഇവിടെ വരാനിടയാക്കിയത് അദ്ദേഹത്തിന്റെ ധർമ്മപത്നിയുടെ ആഗ്രഹം നിറവേറ്റാൻ വേണ്ടിയാണ്. അതു കൊണ്ട് ദിവ്യമായ സമ്പത്ത് ഞാൻ നൽകുന്നുണ്ട്. എന്നിങ്ങനെ നിശ്ചയിച്ചുകൊണ്ട് മന്ദഹാസപൂർവ്വം ആ അവിൽ പൊതി പിടി ച്ചെടുത്ത് അഴിച്ചുനോക്കി. എനിക്ക് ഏറ്റവും ഇഷ്ടമുള്ള അവിൽ താങ്കൾ കൊണ്ടുവന്നിട്ട് ഇത്രയും നേരം ഇതിനെക്കുറിച്ച് ഒന്നും മിണ്ടിയില്ലല്ലോ എന്നു പറഞ്ഞുകൊണ്ട് ഒരു പിടി അവിൽ വാരി ആർത്തിയോടുകൂടി ഭക്ഷിച്ചു. മതിയാകാതെ രണ്ടാമതും വാരു വാൻ തുടങ്ങിയപ്പോൾ സാക്ഷാൽ ലക്ഷ്മീദേവി ആ കൈ പിടിച്ച് തടഞ്ഞു. തുടർന്ന് കുചേലൻ അവിടെ ഒരു ദിനം ശ്രീകൃഷ്ണന്റെ കൂടെ കഴിച്ചുകൂട്ടി. അടുത്തദിവസം രാവിലെ ദ്വാരകയിൽനിന്നും തിരിച്ചുപോയി. ഞാൻ ഒന്നും ശ്രീകൃഷ്ണനോട് ചോദിച്ചില്ലല്ലോ എന്ന കാര്യം പിന്നീടാണ് അദ്ദേഹം ഓർക്കുന്നത്. കൃപാമൂർത്തി യായ ശ്രീകൃഷ്ണൻ തന്നിൽ കാണിച്ച ഔദാര്യവും ആതിഥ്യമ ര്യാദയും കുചേലനിൽ നല്ലൊരു മതിപ്പ് ഉളവാക്കിത്തീർത്തു. ഇങ്ങിനെ ശ്രീകൃഷ്ണനെക്കുറിച്ച് ചിന്തിച്ചുകൊണ്ട് കുചേലൻ തന്റെ ഗൃഹത്തിന് സമീപമെത്തി. അവിടെ തന്റെ ഗൃഹം അദ്ദേഹത്തിന് തിരിച്ചറിയാൻ സാധിച്ചില്ല. അവിടെ ചുറ്റും ദിവ്യഗൃഹങ്ങളാണ് അദ്ദേ

ഹത്തിന് കാണാൻ കഴിഞ്ഞത്. അവിടെ അനേകം ഉദ്യാനങ്ങളും കാണാനിടയായി. അവിടെ തന്റെ പത്നി സർവ്വാഭരണവിഭൂഷിത യായി ഭക്തിപൂർവ്വം സ്വീകരിക്കുകയാണുണ്ടായത്. ഈ ദിവ്യമാർന്ന ഐശ്വര്യത്തിന് കാരണമായിട്ടുള്ളത് സാക്ഷാൽ ശ്രീകൃഷ്ണൻത ന്നെയെന്ന് കുചേലന് ബോധ്യപ്പെട്ടു. ഈ ഐശ്വര്യം വന്നണഞ്ഞ കുചേലനിൽ അല്പംപോലും അഹങ്കാരത്തിന്റെ മദം തൊട്ടുതീ ണ്ടിയിട്ടില്ല. അനുദിനം ഭഗവത് പ്രേമം വർദ്ധിക്കുകയേ ഉണ്ടായിട്ടു ള്ളു. ഈശ്വരാരാധനയിൽ മുഴുകിയ അദ്ദേഹം ഒടുവിൽ പരമഗതി പ്രാപിച്ചു.

വൃകാസുരനും ശ്രീരുദ്രനും

വൃകാസുരൻ ദീർഘകാലമായി ശ്രീരുദ്രനെ തപസ്സു ചെയ്ത് താൻ ആരുടെ ശിരസ്സിൽ കൈവെക്കുന്നുവോ അവൻ ഉടൻ മരിച്ചു പോകണമെന്ന വരം സമ്പാദിച്ചു. തുടർന്ന് ശ്രീരുദ്രന്റെ ശിരസ്സിൽതന്നെ കൈ വെക്കുവാൻ ഒരുങ്ങി. ശ്രീരുദ്രൻ ഓട്ടം തുടങ്ങിയപ്പോൾ അസുരൻ പിന്നാലെ ഓടി. വിഷമഘട്ടത്തിലെത്തിയപ്പോൾ മഹാവിഷ്ണു അവരുടെ മധ്യത്തിൽ ഒരു ബ്രഹ്മചാരീവേഷത്തിൽ പ്രത്യക്ഷപ്പെട്ടു. ഇപ്രകാരം പറഞ്ഞു. 'എന്തിനാണ് ഭവാൻ ഇപ്രകാരം ഓടി പ്രയാസപ്പെടുന്നത്.'

അപ്പോൾ ആ അസുരൻ തനിക്കു കിട്ടിയ വരത്തെപ്പറ്റി സൂചിപ്പിച്ചപ്പോൾ ബ്രഹ്മചാരീ വേഷം പൂണ്ട മഹാവിഷ്ണു അവനെ ഇപ്രകാരം ധരിപ്പിച്ചു. 'ഇതു തനി വിഡ്ഢിത്തമാണ്. ഭവാൻ ഇത് വിശ്വസിക്കുന്നുണ്ടോ. ഇത് എത്രമാത്രം ശരിയാണ് എന്നറിയാൻ വേണ്ടി നിന്റെ കൈ തലയിൽ വെച്ചുനോക്ക്. ഇതുകേട്ട് മോഹിച്ച അവൻ തന്റെ കൈ സ്വന്തം ശിരസ്സിൽത്തന്നെ വെച്ചുനോക്കി. ഉടൻ അവൻ മരിച്ചുവീണു. ദേവന്മാർ പുഷ്പവൃഷ്ടി നടത്തി.

സന്താനഗോപാലം

ഒരിക്കൽ ദ്വാരകയിലുള്ള ഒരു ബ്രാഹ്മണപത്നി ഒരു സുന്ദര ബാലനെ പ്രസവിച്ചു. ആ കുട്ടി ജനിച്ചനേരം തന്നെ മരിച്ചുപോയി. ബ്രാഹ്മണൻ ദുഃഖവിവശനായി കുട്ടിയുടെ മൃതദേഹവുമായി ശ്രീകൃഷ്ണന്റെ സമീപം ചെന്ന് വിലപിച്ചു. ഇത് മുൻജന്മ കൃതപാപ ഫലമാണ് എന്ന് അവിടുത്തെ പ്രമാണിമാർ വിധിച്ചു. മറ്റാരും ഒന്നും പറഞ്ഞുമില്ല. ശ്രീകൃഷ്ണനും നിശ്ശബ്ദത പാലിച്ചു. ബ്രാഹ്മണൻ മടങ്ങിപ്പോവുകയും ചെയ്തു.

ഇങ്ങനെ എട്ടുതവണ ഓരോ പുത്രനും മരിച്ചപ്പോൾ ഇതേ സംഭവംതന്നെ ആവർത്തിക്കപ്പെട്ടു. എന്താണ് ഈ വേളയിലും ശ്രീകൃഷ്ണൻ മൗനമവലംബിച്ചത് എന്ന് ചിന്തിച്ചിട്ട് ജനങ്ങൾക്ക് ഒരുത്തരവും ലഭിച്ചില്ല.

ഒൻപതാമത്തെ പുത്രൻ മരിച്ചപ്പോഴും ബ്രാഹ്മണൻ ആ മൃതദേഹവുമെടുത്തു വന്ന് വിലപിക്കാനാരംഭിച്ചു. അപ്പോൾ അർജ്ജുനനും അവിടെയുണ്ടായിരുന്നു. അർജ്ജുനൻ ഇതുകേട്ട് ബ്രാഹ്മണനെ ആശ്വസിപ്പിച്ചുകൊണ്ട് സാഹങ്കാരം പറഞ്ഞു.

'ഈ അർജ്ജുനൻ ഇവിടെയുണ്ടായിരിക്കവേ അങ്ങയ്ക്ക് ഇനി അവസ്ഥ വന്നുചേരുകയില്ല. ഇനി അങ്ങേയ്ക്ക് ഒരു പുത്രൻ ഉണ്ടാവുകയാണെങ്കിൽ തീർച്ചയായും എനിക്ക് അവനെ രക്ഷിക്കാൻ സാധിക്കും. അതിന് സാധിച്ചില്ലെങ്കിൽ ഞാൻ അഗ്നിപ്രവേശത്താൽ ദേഹം ഉപേക്ഷിച്ചുകളയും. ഇതു സത്യമാണ്.'

ഇതുകേട്ട് സമാധാനം കൈവന്ന ബ്രാഹ്മണൻ ഗൃഹത്തിലെത്തി.

തുടർന്ന് ഭാര്യയുടെ പ്രസവസമയമായപ്പോൾ ബ്രാഹ്മണൻ ഓടിച്ചെന്ന് അർജ്ജുനനെ വിവരമറിയിച്ചു. അഹങ്കാരത്തിന്റെ മൂർധന്യത്തിലെത്തിയ അർജ്ജുനനാകട്ടെ, ഈ വിവരം എല്ലാമറിയുന്ന ശ്രീകൃഷ്ണനെ കണ്ട് അറിയിച്ചതേയില്ല. ബ്രാഹ്മണഗൃഹത്തിൽ ചെന്ന് അർജ്ജുനൻ അവിടെ ഒരു ശരകവചം സൃഷ്ടിച്ച് അസ്ത്രവും കൈയിലെടുത്ത് നിന്നു. പ്രസവസമയമടുത്തപ്പോൾ ബ്രാഹ്മ

ണപത്നിയുടെ നിലവിളി കേട്ടു. മുൻപെല്ലാം പ്രസവസമയത്ത് മൃതദേഹമെങ്കിലും അവിടെ അവശേഷിച്ചിരുന്നു. ഇപ്പോഴാകട്ടെ, അതും അവിടെ കാണാനുണ്ടായിരുന്നില്ല. അപ്പോൾ പ്രസ്തുത ബ്രാഹ്മണൻ അർജ്ജുനനെ അങ്ങേയറ്റം അധിക്ഷേപിച്ചു.

തന്റെ കഴിവുകൊണ്ട് യമൻ, ഇന്ദ്രൻ, അഗ്നി തുടങ്ങിയ സർവ്വ ദേവന്മാരുടെ സ്ഥാനത്തുനിന്നും കുട്ടികളെ അന്വേഷിച്ച അർജ്ജുനന് എവിടെയും കണ്ടെത്താനായില്ല. അഭിമാനക്ഷയം നിമിത്തം അങ്ങേയറ്റം വിഷമം പൂണ്ട് അർജ്ജുനൻ അഗ്നിയിൽ ചാടാൻ ഒരുങ്ങവേ തന്റെ ഹൃദയത്തിൽ പ്രതിഷ്ഠിച്ച ആത്മസുഹൃത്തായ ശ്രീകൃഷ്ണനെ ധ്യാനിച്ചു. ഉടനെ അഗ്നിയിൽ ചാടുകയും ചെയ്തു. ഉടൻ ശ്രീകൃഷ്ണൻ അവിടെ ഓടിയെത്തി. അർജ്ജുനനെ അഗ്നിയിൽനിന്ന് തട്ടിനീക്കി. ദീർഘനേരം മോഹാലസ്യപ്പെട്ടുകിടന്ന് അർജ്ജുനൻ ഉണർന്നു നോക്കിയപ്പോൾ തന്റെ അടുത്ത് കൃപാമൂർത്തിയായി നിലകൊള്ളുന്ന ശ്രീകൃഷ്ണനെയാണ് കണ്ടത്. എല്ലാ വിഷമഘട്ടങ്ങളിലും ശ്രീകൃഷ്ണനുമായി ഒന്നാലോചിക്കുന്ന അർജ്ജുനൻ ഈ ഘട്ടത്തിൽ മറന്നുപോയതല്ലേ ഈ വിപത്തിന് കാരണം എന്ന് സുഹൃത്തായ അർജ്ജുനന് ബോധ്യമായി. ഏതായാലും ഈ അവസ്ഥയിൽ ബ്രാഹ്മണന്റെ നഷ്ടപ്പെട്ട പത്തു കുട്ടികളെയും അർജ്ജുനന് കാണിച്ചുകൊടുക്കാം എന്ന് ശ്രീകൃഷ്ണൻ വാക്കു കൊടുത്തു. ഉടനെ അർജ്ജുനനോടു കൂടി ദിവ്യരഥത്തിൽ കയറി പടിഞ്ഞാറോട്ട് യാത്രയായി. അങ്ങിനെ യാത്ര ചെയ്ത് ദിവ്യതേജോമയമായ വൈകുണ്ഠലോകം കാണപ്പെട്ടു. ആദിശേഷന്റെ ഉപരിഭാഗത്ത് ഭഗവാൻ ശ്രീനാരായണരൂപത്തിൽ ശയിക്കുന്നു. ശ്രീകൃഷ്ണനും അർജ്ജുനനും അടുത്തു ചെന്ന് വന്ദിച്ചു. അപ്പോൾ ശ്രീനാരായണൻ നിങ്ങളെ കാണാൻ വേണ്ടിയാണ് ഈ കുട്ടികളെ ഇവിടേക്ക് കൊണ്ടുവന്നത്. അവതാരകാര്യങ്ങളെല്ലാം നിർവ്വഹിച്ചിട്ട് വേഗത്തിൽ ഇങ്ങോട്ടേക്ക് വരിക.' എന്ന് ഉദ്ബോധിപ്പിച്ചു. അനന്തരം കുട്ടികളെയെല്ലാം കൊടുത്ത് അനുഗ്രഹിച്ചു. ശ്രീകൃഷ്ണനും അർജ്ജുനനും കൂടി ആ കുട്ടികളെ കൊണ്ടുവന്ന് ബ്രാഹ്മണന് കൊടുത്തു.

മുസലപർവം

ആസുരശക്തികളെ ഉൻമൂലനം ചെയ്ത ശ്രീകൃഷ്ണൻ യാദവ വംശത്തിലും ധർമ്മച്യുതി കണ്ടറിഞ്ഞപ്പോൾ ശാപവ്യാജേന അതു കൂടി നശിക്കാനിടവരുത്തുന്നു. അങ്ങിനെ ഒരസാധാരണ സംഭവത്തിന് ദൃക്സാക്ഷിയായിത്തീരുന്നു ദ്വാരക.

പരമജ്ഞാനികളും ഋഷിശ്രേഷ്ഠന്മാരുമായ മഹാനുഭാവർ ദ്വാരകയിൽ വരാറുണ്ടായിരുന്നു. ശ്രീകൃഷ്ണനെ കണ്ടതിനുശേഷം അവർ സ്വധർമ്മത്തിലേക്ക് മടങ്ങിപ്പോകുന്നു. അവിടെയുള്ള ഏതാനും യാദവർക്ക് ഈ മഹർഷിമാരെയൊന്ന് കളിപ്പിക്കാൻ നിശ്ചയിച്ചു. ഇതിനുശേഷം അവർ യാദവപ്രഭുവായ സാംബനെ സ്ത്രീവേഷം കെട്ടിച്ച് മഹർഷിമാരുടെ മുന്നിൽ കൊണ്ടുവന്ന് ഇവൻ ആൺകുട്ടിയെയായിരിക്കുമോ പ്രസവിക്കുക എന്നു ചോദിച്ചു. ഉടൻ കാര്യം മനസ്സിലായ മഹർഷിമാർ ഇപ്രകാരം അറിയിച്ചു. ഇവൾ നിങ്ങളുടെ കുലത്തിന് നാശം വരുത്തുന്ന ഒരു മുസലത്തെയായിരിക്കും പ്രസവിക്കുക.' ഇതുകേട്ട് പരിഭ്രമിച്ച അവർ വയറ്റിന്റെ സ്ഥാനത്ത് വെച്ചുകെട്ടിയിരുന്ന ശീലകൾ അഴിച്ചുനോക്കിയപ്പോൾ അവിടെ മുസലം (ഇരുമ്പുലക്ക) കണ്ട് പരിഭ്രമിച്ചു. സ്വന്തം ആൾക്കാർ ഇതറിഞ്ഞാൽ എന്തുചെയ്യും എന്ന് സ്വയം പറഞ്ഞുകൊണ്ട് പരിഭ്രമം പൂണ്ട് ഉഗ്രസേനനെ കണ്ട് വിവരമറിയിച്ചു. അപ്പോൾ ഉഗ്രസേനൻ അത് രാവി പൊടിച്ച് കടലിലെറിയാൻ കല്പന കൊടുത്തു. യാദവന്മാർ അത് അങ്ങേയറ്റം പ്രയാസപ്പെട്ട് പൊടിച്ചു. ഒരുകഷണം അവിടെ ബാക്കിയായി. യാദവന്മാർ അത് പൊടിയാക്കി സമുദ്രത്തിൽ എറിഞ്ഞു. ഈ പൊടി കരയ്ക്കടുത്ത് എയ്യാംപുല്ല് എന്നറിയപ്പെയുന്ന പുല്ലായി അവിടെ വളർന്നു. ശേഷിച്ച കഷണത്തിന്റെ ഭാഗം ഒരു മത്സ്യം വിഴുങ്ങി. യാദൃച്ഛികമായി ആ മത്സ്യം ഒരു മുക്കുവന്റെ വലയിൽ കുടുങ്ങി. മത്സ്യത്തിന്റെ ദേഹത്തിൽനിന്നും കിട്ടിയ ആ ഇരുമ്പുകഷണം ഒരു കാട്ടാളന്റെ കൈയിൽ കിട്ടി. അതുകൊണ്ട് തന്റെ അസ്ത്രത്തിന്റെ അഗ്രഭാഗം

മൂർച്ചയുള്ളതാക്കി തീർത്തു. ഒരുദിവസം ശ്രീകൃഷ്ണൻ പൂന്തോട്ടത്തിൽ ഇരുന്ന് കാലിളക്കിക്കൊണ്ട് വിശ്രമിക്കുകയായിരുന്നു. അപ്പോൾ ഒരു വേടൻ അത് ആനയാണെന്ന് ധരിച്ച് ശ്രീകൃഷ്ണന്റെ കാൽക്കലേക്ക് അസ്ത്രം അയച്ചു. തന്റെ ദൗത്യങ്ങൾ ഓരോന്നായി പൂർത്തീകരിച്ച ശ്രീകൃഷ്ണൻ വിധിയെ മാനിച്ച് വൈകുണ്ഠം പൂകി.

♦

www.ingramcontent.com/pod-product-compliance
Lightning Source LLC
LaVergne TN
LVHW060132051026
849517LV00007B/2457
9789394472327